நிஜத்தைத் தேடி

சிறுகதைகள்

கிழக்கு பதிப்பக வெளியீடுகளாக சுஜாதாவின் புத்தகங்கள்

மீண்டும் ஜீனோ
நிறமற்ற வானவில்
நில்லுங்கள் ராஜாவே
தீண்டும் இன்பம்
ஆஸ்டின் இல்லம்
அனிதாவின் காதல்கள்
நைலான் கயிறு
24 ரூபாய் தீவு
அனிதா இளம் மனைவி
கொலை அரங்கம்
கமிஷனருக்கு கடிதம்
அப்ஸரா
பாரதி இருந்த வீடு
மெரீனா
ஆர்யபட்டா
என் இனிய இயந்திரா
காயத்ரி
ப்ரியா
தங்க முடிச்சு
எதையும் ஒருமுறை
ஊஞ்சல்
ஓரிரவில் ஒரு ரயிலில்
மீண்டும் ஒரு குற்றம்
விக்ரம்
நில், கவனி, தாக்கு!
வாய்மையே சில சமயம் வெல்லும்
ஆ..!
வசந்த காலக் குற்றங்கள்
சிவந்த கைகள்
ஒரே ஒரு துரோகம்
இன்னும் ஒரு பெண்
6961
ஜோதி
மாயா
ரோஜா
ஓடாதே
மேற்கே ஒரு குற்றம்
விபரீதக் கோட்பாடு
ஐந்தாவது அத்தியாயம்
மலை மாளிகை
விடிவதற்குள் வா
மூன்று நாள் சொர்க்கம்
பத்து செகண்ட் முத்தம்
கம்ப்யூட்டர் கிராமம்
இளமையில் கொல்
மேகத்தை துரத்தியவன்
ஒரு நடுப்பகல் மரணம்
நகரம்
இதன் பெயரும் கொலை
மண்மகன்
தப்பித்தால் தப்பில்லை
விழுந்த நட்சத்திரம்
முதல் நாடகம்
ஆட்டக்காரன்
ஜன்னல் மலர்
என்றாவது ஒரு நாள்
வைரங்கள்
மேலும் ஒரு குற்றம்
சொர்க்கத் தீவு
கனவுத் தொழிற்சாலை
ஆயிரத்தில் இருவர்
பதினாலு நாட்கள்
உள்ளம் துறந்தவன்
பிரிவோம் சந்திப்போம்
கரையெல்லாம் செண்பகப்பூ
இரண்டாவது காதல் கதை
நிர்வாண நகரம்
குருபிரசாதின் கடைசி தினம்
இருள் வரும் நேரம்
திசை கண்டேன் வான் கண்டேன்
ஆழ்வார்கள் - ஓர் எளிய அறிமுகம்
தேடாதே
விருப்பமில்லாத் திருப்பங்கள்
விரும்பிச் சொன்ன பொய்கள்
கை
ஆதலினால் காதல் செய்வீர்
நூற்றாண்டின் இறுதியில் சில சிந்தனைகள்
அப்பா, அன்புள்ள அப்பா
மிஸ். தமிழ்த்தாயே, நமஸ்காரம்!
சிறு சிறுகதைகள்
வாரம் ஒரு பாசுரம்
வானத்தில் ஒரு மௌனத்தாரகை
கடவுள் வந்திருந்தார்
அனுமதி
ஓலைப் பட்டாசு
சேகர், சிங்கமய்யங்கார் பேரன்
கம்ப்யூட்டரே ஒரு கதை சொல்லு
டாக்டர் நரேந்திரனின் வினோத வழக்கு
நிஜத்தைத் தேடி
பாதி ராஜ்யம்
சில வித்தியாசங்கள்

நிஜத்தைத் தேடி

சிறுகதைகள்

சுஜாதா

கிழக்கு

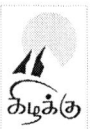

நிஜத்தைத் தேடி
Nijathai Thedi
by Sujatha
Sujatha Rangarajan ©

First Edition: December 2013
136 Pages
Printed in India.

ISBN 978-81-8493-674-2
Kizhakku - *644*

Kizhakku Pathippagam
177/103, First Floor,
Ambal's Building, Lloyds Road,
Royapettah, Chennai 600 014.
Ph: +91-44-4200-9601

Email : support@nhm.in
Website : www.nhm.in

Cover Image: Shutterstock

Kizhakku Pathippagam is an imprint of New Horizon Media Private Limited

This book is sold subject to the condition that it shall not, by way of trade or otherwise, be lent, resold, hired out, or otherwise circulated without the publisher's prior written consent in any form of binding or cover other than that in which it is published and without a similar condition including this the rights under copyright reserved above, no part of this publication may be reproduced, stored in or introduced into a retrieval system, or transmitted in any form or by any means (electronic, mechanical, photocopying, recording or otherwise), without the prior written permission of both the copyright owner and the above-mentioned publisher of this book.

'நீங்க சொல்லறாப்பல நிறைய பேர் பொய் சொல்றா, ஏமாத்தறா. தப்பிப்போய் இவன் சொன்னது மட்டும் நிஜமா இருந்து தொலைச்சுடுத்துன்னா... அவ்வளவு துக்கத்தில் இருக்கிறவனை வாசல்ல நிக்க வெச்சு, கேள்வி கேட்டு மடக்கி, அவனும் சொல்லத் தெரியாம முழிச்சு... காசும் கொடுக்காம துரத்திட்டமே, அது தப்பில்லையா?'

உள்ளே

1. அதிர்ச்சி! அதிர்ச்சி! / 09
2. ஒரு பெரிய மனிதரும் பிக்பாக்கெட்டும் / 15
3. இதன் விலை ரூ. 2000 / 23
4. திட்டம் என்றால் திட்டம் / 31
5. மறுபடி / 39
6. குமாரசுவாமி ஒரு சோஷலிஸ்ட் / 51
7. ஜன்னலில் தோன்றிய வனிதை / 58
8. இப்படித்தான் காதலிக்கிறார்கள் / 63
9. இந்தியா, எனது இந்தியா / 72
10. நிஜத்தைத் தேடி / 78
11. விதி / 86

அதிர்ச்சி!

அதிர்ச்சி!

ஒரே நாள்! இருபத்து நாலு மணி நேரம்!எடுத்த பணத்தைத் திருப்பி விடலாம்! அப்படித்தான் எண்ணினான் ராகவன். ஆனால் அதற்குள் எத்தனை விபரீதங்கள் நடந்துவிட்டன!

அறையில் பங்களா வெளிச்சம். அதன் நடுவில் ஒரு கட்டில். அந்தக் கட்டிலில் அவள் படுத்திருக்கிறாள். படுத்திருக்கிறாள் என்பது தப்பு. மார்பில் கத்தியால் குத்தப்பட்டு துவண்டு கிடக்கிறாள். அருகில் அவள் கணவன் குனிந்த தலையுடன் வாயைக் கைக்குட்டையால் மூடிக்கொண்டு சோக உருவமாக நிற்கிறான். போலீஸ் இன்ஸ்பெக்டர் கையிலுள்ள நோட்டுப் புத்தகத்தில் ஏதோ எழுதிக் கொண்டிருக்கிறார். போலீஸ் புகைப்படக்காரர் தன் உதவியாளருடன் எதிர்ச் சுவரில் பதிந்திருக்கும் விரல் அடையாளங்களை ஆராய்ந்து கொண்டிருக்கிறார். இடது ஓரத்தில் -

ராகவனுக்கு மிக அவசரமாக 180 ரூபாய் பணம் தேவையாயிருந்தது. மிக மிக அவசரம். இதோ நாளைக்கே ஊரிலிருந்து தம்பியிடமிருந்து மணியார்டர் வந்துவிடும். இன்றைக்கு சாயங்காலம் எடுத்து நாளைக் காலை திரும்ப வைத்துவிடலாம். இதில் என்ன? முன்னே போட்டுப் பின்னே புரட்டுகிற சமாசாரம்.

இந்த நம்பிக்கையில் ஆபீஸ் பணம் ரூபாய் நூற்றெண்பதை எடுத்து அந்த நீலநிறப் புடைவையை வாங்கி விட்டான்! பளபளக்கும் அதன் அழகில் மயங்கி, அவன் மனைவி மோகனமாய்ச்

சிரித்தபோது நூற்றெண்பது என்ன, ஆயிரத்தொண்ணூறு ரூபாய் கூடக் கையாடலாமே என்று தோன்றியது!

மாலை, இருவரும் சினிமாவுக்குப் போனபோது, எதிரே வந்த சர்தார்ஜியைப் பார்த்ததும் சுரீரென்றது ராகவனுக்கு.

சர்தார்ஜி... குருநானக்... குருநானக்கின் பிறந்த தினம்... நாளைக்கு தபால் ஆபீஸ் விடுமுறை...!

நாளைக்கு மணியார்டர் வராது! ஆபீசில் கையாடிய பணத்தைத் திரும்ப வைக்க முடியாது! ஐயையோ!

சினிமாவில் மனம் எப்படிச் செல்லும் ராகவனுக்கு?

எதிரே விசாலமான திரையில், அவனை வேலையிலிருந்து நீக்கி விட்டதையும், சிறையிலே அடைப்பதையும் படமாகக் காட்டுவது போலிருந்தது! நகத்தைக் கடித்துக் கொண்டான்.

மனைவி, 'ஏன் ஒரு மாதிரியாக இருக்கிறீர்கள்?' என்றாள். ராகவன் பதில் பேசவில்லை.

இடைவேளையின்போது குளிர்பானம் குடித்ததும் சற்று அமைதி ஏற்பட்டது. சாதாரணமாக ஆபீசில் இருபதாம் தேதிக்குப் பிறகு திடீர் செலவுகள் வருவது கிடையாது. மானேஜர் பணம் ஏதும் கேட்கமாட்டார். இன்றைக்குத் தேதி இருபத்திரண்டு. முதல் தேதிவரை எப்படியும் சமாளித்து விடலாம். ராகவனுக்குக் கொஞ்சம் தைரியம் ஏற்பட்டது.

'முதல் தேதியன்று சம்பளம் கொடுப்பதற்கு முன் மானேஜர் போன மாதக் கணக்கைச் சரி பார்ப்பார். ஆனால் அதற்குள் மணி ஆர்டர் வந்துவிடும். இதோ! நாளை மறுநாள் வந்துவிடும்! பயப்படாதே, நிச்சயமாகப் பயப்படாதே!' என்று சொல்லிக் கொண்டான்.

ராகவனின் துரதிர்ஷ்டம் மறுதினமோ, அதற்கு மறுதினமோ மணியார்டர் வரவில்லை. மூன்றாவது தினம் கடிதம்தான் வந்தது!

'அண்ணா, இந்தத் தடவை நீ என்னை மன்னித்துத்தான் ஆக வேண்டும். உனக்காக அனுப்ப பணம் வைத்திருந்தது உண்மை.

ஆனால், அதற்குள் அம்மாவுக்குக் கடும் ஜுரம் வந்து அந்த மைஸின், இந்த மைஸின் என்று மருந்துக்கும், டாக்டருக்கும் செலவாகி விட்டது. அம்மா பிழைத்தது உன் பணத்தால்தான் மன்னித்துக்கொள்... மன்னித்துக்கொள்...'

ராகவன் பதறினான்.

'மன்னிப்பு யாருக்கடா வேண்டும் பாவி, பணம் வேண்டும். பணம்! இல்லாவிட்டால் வேலை போய்விடும். சிறைவாசம் கூட நேருமே! இப்போது என்ன செய்வேன்! முதல் தேதி மானேஜர் கணக்குப் பார்க்கும்போது உதைக்குமே! இருப்பது ஆறுநாள், வேண்டியது நூற்றெண்பது ரூபாய்.'

டென்ஸிங் எவரெஸ்ட் சிகரத்தை எட்டிப் பிடிக்கக் கிளம்பியது போல ராகவன் ரூபாய் புரட்டக் கிளம்பினான். நான்கு முக்கிய மான நபர்களைக் கடன் கேட்க எண்ணினான். ஆனால் இரண்டு பேர், இவன் போன சமயம் வீட்டில் இல்லை. மூன்றாமவன் ரூபாய் என்றதும் பெரிய ஹாஸ்யத்தைக் கேட்டது போல் இடி இடியென்று சிரித்துவிட்டு, இல்லை என்பதற்கு அத்தாட்சி யாகத் தான் குடிக்கும் சிகரெட் 'பிராண்டை'க் காட்டினான். அந்த வகை சிகரெட், மட்டத்திலும் மட்டமாம்! நான்காவது நண்பன் இவன் கேட்க வாயெடுப்பதற்குள் தானே கேட்டு விட்டான் ராகவனை.

அலுத்துப்போய் வீட்டுக்கு வந்ததும் அந்த எண்ணம் உதயமா யிற்று! மனைவியின் சங்கிலியைக் கேட்டோ அல்லது திருடியோ எடுத்துச் சென்று... விற்றால்? சே! புடைவையை வாங்கிக் கொடுத்துவிட்டு, சங்கிலியைப் பறிப்பதாவது! முட்டாள்தனம்! வேறு என்ன செய்வது?

தன் அறையில் வந்து உட்கார்ந்து செய்தித்தாளைப் புரட்டி னான்.

உடனே துள்ளினான்!

அந்த இடத்தில்-

அந்த வினாடியில்-

அவனுக்கு அதிர்ஷ்டம் அடித்தது!

செய்தித்தாளின் நடுப்பக்கத்தில் அவன் பார்த்த செய்தி!

'ஆசிரியருக்குக் கடிதங்க'ளில் இரண்டாவது கடிதம்தான் அவனைத் துள்ள வைத்தது.

அந்தக் கடிதத்தில்-

ஐயா,

நமது நாட்டின் தலைசிறந்த ஓவியர்களில் ஒருவரான ஜஸ்வந்த் கடந்த மாதம் 23-ஆம் தேதி தன் 53- ஆம் வயதில் மாரடைப்பால் காலமானது பலரும் அறிந்ததே.

ஜஸ்வந்த் ஒரு முதல்தர சித்திரக்காரர். அவர் சித்திரங்களில் நிலவும் 'உண்மைத் தன்மை' எவரையும் கவரும்.

ஜஸ்வந்த், தமது இளமைப் பருவத்தில் மிகவும் கஷ்டப்பட்டு வாழ்க்கை நடத்தினார். அப்போது தமது ஓவியங்கள் பல வற்றை மிகக் குறைந்த விலைக்கு விற்றிருக்கிறார். அப்படி அவர் விற்றவை தற்போது யார் யாரிடமிருக்கின்றன என்று கண்டுபிடிக்க முயன்றோம். தோல்வி அடைந்தோம். அவற்றை எல்லாம் சேகரித்து ஒரு 'ஜஸ்வந்த்' நினைவு மலர் வெளியிட வேண்டுமென்பதே எங்கள் ஆசை.

உங்கள் வாசகர்களில் யாரேனும் ஜஸ்வந்தின் ஓவியங்கள் வைத்திருந்து, அதை அவர்கள் விற்கத் தயாராயிருந்தால், நாங்கள் மிக மகிழ்ச்சியுடன் ஏற்றுக் கொள்வோம். நன்கொடையாக வழங்கினாலும் சரி, அல்லது விலை கேட்டாலும் சரி, வாங்கிக் கொள்கிறோம்.

பி.ஜானகிராம்

செயலாளர்

ஜஸ்வந்த் கழகம்

சென்னை - 6.

கடிதத்தைப் பார்த்ததும் ராகவன் கூடத்துக்கு ஓடினான். ஆம் அவன் எப்பொழுதோ பத்து ரூபாய்க்கு வாங்கி ஜஸ்வந்தின் படம்

ஒன்று அங்கே மாட்டப்பட்டிருந்தது. அதைக் கழற்றி ஒரு செய்தித்தாளால் மூடிச் சுற்றிக் கொண்டான். மாடி வீட்டிற்கு ஓடினான். அங்கே டெலிபோன் டைரக்டரி இருந்தது. அதிலிருந்து ஜஸ்வந்த் கழகத்தின் விலாசத்தைத் தெரிந்து கொண்டு உடனே புறப்பட்டான்.

நுங்கம்பாக்கத்தில் அந்த வீட்டின் கதவைத் தட்டும்போது ராகவனின் கை நடுங்கியது பதற்றத்தால்.

திறந்தவர், ஒரு கண்ணாடி போட்ட வயதானவர். ராகவன் பிரித்துக் காட்டிய சித்திரத்தில் அந்த மனிதர் ஆழ்ந்துவிட்டார். அவர் கண்களில் நீர் தளும்பியது. செக் புஸ்தகத்தை எடுத்து 'எவ்வளவு வேண்டும்?' என்று கேட்டார்.

'இருநூறு ரூபாய்' என்றான் ராகவன்.

செக் எழுதிக் கொடுத்துவிட்டு, 'மிக்க நன்றி... இந்தச் சித்திரத்தை நான் மாதக் கணக்காகத் தேடிக் கொண்டிருக்கிறேன்' என்றார் ஜானகிராம்.

செக்கை பையில் போட்டுக்கொண்டு, தப்பினேன் என்று சுதந்திரமாக மூச்சுவிட்டான் ராகவன். பாங்கில் மாற்றி, பணத்தை எடுத்த இடத்தில் திருப்பினான். இனி இந்த மாதிரி வேலையில் இறங்குவதில்லை என்று பளார் பளாரென்று கன்னத்தில் போட்டுக்கொண்டான்.

சில மாதங்களுக்குப் பிறகு ஜஸ்வந்த் ஞாபகார்த்த மலரில் ஒரு பிரதி ராகவனுக்கு வந்தது. அதில் அவன் விற்ற சித்திரம் அழகாக அச்சடிக்கப்பட்டிருந்தது.

அந்தச் சித்திரத்தில் -

அறையில் மங்கலான வெளிச்சம். அதன் நடுவில் ஒரு கட்டில். அந்தக் கட்டிலில் அவள் படுத்திருக்கிறாள். படுத்திருக்கிறாள் என்பது தப்பு. மார்பில் கத்தியால் குத்தப்பட்டு துவண்டு கிடக்கிறாள். அவள் அணிந்திருக்கும் நீல நிறப் புடைவை கலைந்திருக்கிறது. அருகில் அவள் கணவன் குனிந்த தலையுடன் வாயைக் கைக்குட்டையால் மூடிக்கொண்டு சோக உருவமாக நிற்கிறான். போலீஸ் இன்ஸ்பெக்டர் கையிலுள்ள

நோட்டுப் புத்தகத்தில் ஏதோ எழுதிக்கொண்டிருக்கிறார். போலீஸ் புகைப்படக்காரர் தன் உதவியாளருடன் எதிர்ச் சுவரில் பதிந்திருக்கும் விரல் அடையாளங்களை ஆராய்ந்து கொண்டிருக்கிறார். இடது ஓரத்தில்-

சாய்வாக, 'ஜஸ்வந்த்' என்ற கையெழுத்து காணப்படுகிறது.

('குமுதம்' ஆகஸ்டு 23, 1962)

ஒரு பெரிய மனிதரும்
பிக்பாக்கெட்டும்

கும்பல் கூடும் மாலை வேளை. சத்யன் மெதுவாக அந்த ஆளைப் பின்தொடர்ந்து சென்று கொண்டிருந்தான். அவர் உயரமான நடுத்தர வயதான ஆசாமி. கண்ணாடி ஜன்னல்களுக்குப் பின்னால் வைத்திருந்த அழகான சட்டைகளைப் பார்த்துக் கொண்டிருந்த கூட்டத்தின் ஊடே அவர் செல்லுகையில் சத்யன் சற்று வேகமாக நடந்து அவர் மேல் உராய்ந்து அவர் 'பாண்ட்' பைக்குள் வைத்திருந்த பர்ஸை விரல்களின் லாகவத்தால் வெளியேற்றினான்.

சரேல் என்று அவன் கையை இரும்புப் பிடியாகப் பிடித்தது அவர் கை. பர்ஸைப் பிடுங்கிக் கொண்டார். 'உன் மாதிரி எத்தனையோ பேர்களைப் பார்த்திருக்கிறேன். நீ என்னைத் தொடர்ந்து வரும்போதே தெரியும். முட்டாள், தொழில் தெரியாத பயல்' தன் பையிலிருந்து ஒரு கார்டை எடுத்து அவனிடம் கொடுத்து, 'உன்னை நான் போலீசுக்குப் புகார் செய்யப் போவது இல்லை. இந்த முகவரியில் என்னை வந்து பார்' என்று சொல்லிவிட்டு வேகமாக நடந்து ஒரு டாக்ஸியில் ஏறிப் போய்விட்டார்.

சத்யன் அதிர்ச்சியிலும், பிரமிப்பிலும் மலைத்து நின்று விட்டான், கையில் சீட்டுடன். அரை நிமிட நிகழ்ச்சி ஒருவரும் கவனிக்க வில்லை.

அந்த முகவரிக்கு சத்யன் சென்றான். அழகான சிறிய வீடு. நாய் குரைத்தது. மெதுவான தொனியில் மேற்கத்திய இசை ரேடியோ வில் கேட்டது. நாய் குரைப்பதைக் கேட்டு அவர் வெளியில் வந்தார். வாயில் சிகரெட் தொங்கியது.

'நீயா?' என்றார்.

சத்யன் பேசாமல் அசட்டுத்தனமாக நின்றான்.

சிகரெட்டை வாயிலிருந்து எடுக்காமல் அவர் கேட்டார்.

'உன் பெயர் என்ன?'

'சத்யராஜ்'

'எதுவரை படித்திருக்கிறாய்?'

'ஒன்பதாவது வரை'

'இதற்கு முன் ஏதாவது உருப்படியாக வேலை செய்திருக் கிறாயா, பிக்பாக்கெட் அடிப்பதைத் தவிர?'

'சார், என் அம்மா என் ஏழாவது வயதிலேயே செத்துப்போய் விட்டாள். அதற்கு முன்னாலே அப்பாவும் செத்துவிட்டார்.'

'சரி சரி, உள்ளே வா.'

தயங்கிக்கொண்டே உள்ளே போனான். அங்கே உட்கார்ந்திருந்த பெண் அவர்களைக் கண்டதும் எழுந்து போனாள். கையில் பத்திரிகையுடன்.

அழகான அறை, கீழே விரிப்புகள், ரேடியோ, சில சித்திரங்கள், டிஸ்டெம்பர் நீலம்.

'எத்தனை தடவை ஜெயிலுக்குப் போயிருக்கிறாய்?' சத்யனைக் கேட்டார் வீட்டுக்கு உரியவர்.

'ஒரே ஒரு தடவை சார். அதுவும் அக்கிரமமாகத் தள்ளி விட்டார் கள். அப்புறம் நானில்லை என்று விட்டு விட்டார்கள்.'

'ஏரோப்ளேனில் போயிருக்கிறாயா?'

இது என்ன கேள்வி என்கிற மாதிரி பயத்துடன் சிரித்தான் சத்யன்.

'ஓ, ஏரோப்ளேனில் டிக்கெட் இல்லாமல் விடமாட்டார்களோ?' என்று சொல்லி அவரே சிரித்துக் கொண்டார். பிறகு 'ஆளைப் பார்! பரதேசி மாதிரி! சிறு வயது! தலையை வாரிக்கொள்வது தானே? உன் முகத்தைப் பார்த்தாலே கேள்வி கேட்காமல் கைது பண்ணுவார்களே போலீசில்?'

சத்யன் தலை குனிந்து கொண்டிருந்தான்.

'உட்கார்.'

கீழே உட்கார்ந்தான்.

'சீ, நாற்காலியில் உட்கார்.'

உட்கார்ந்தான், விளிம்பில்.

'சரியா உட்கார். நான் சொல்வதைக் கவனமாகக் கேள். நான் உனக்கு ஒரு நல்ல பாண்ட்டும் சட்டையும் தருவேன். நாளைக்குக் காலையில் நன்றாக டிரஸ் செய்துகொண்டு தலையை வாரி டிப்டாப்பாக இங்கே வர வேண்டும். வந்ததும் உன்னிடம் ஒரு ஏரோப்ளேன் டிக்கெட் கொடுப்பேன். ரிட்டன் டிக்கெட். விஷயம் ஒன்றுமில்லை. மீனம்பாக்கம் போயிருக்கிறாயா?'

'ஓ போயிருக்கிறேன் சார், சிவாஜி திரும்பி வந்தபோது! இங்கிலீஷ்கூடக் கொஞ்சம் கொஞ்சம் பேசுவேன் சார்!'

'மத்தியானம் மூன்றரை மணிக்கு ஹைதராபாத் போகும் விமானத்தில் நீ போக வேண்டும். ஒன்றரை மணி நேரத்தில் அங்கே போய்ச் சேர்ந்துவிடும். அங்கே ஓர் ஓட்டலில் தங்க வேண்டியது. நான் ஒரு முகவரி தருகிறேன். ஹைதராபாத்தில் அந்த இடத்துக்குப் போய் ஒரு கடிதத்தைக் கொடுத்தால் ஒரு பெட்டி தருவார்கள். அந்தப் பெட்டியை வாங்கிக்கொண்டு மறுநாள் காலை பத்தரை மணிக்குத் திரும்பி வரும் விமானத்தில் சென்னை வந்து விடு. மீனம்பாக்கத்தில் என் கார் டிரைவர் காத்திருப்பான். அவனிடம் பெட்டியைக் கொடுத்துவிட வேண்டியது. உடனே அவன் உனக்கு நூறுரூபாய் கொடுப்பான். நீ எங்கே இறங்க வேண்டுமோ, அங்கே உன்னை விட்டு விடுவான். அவ்வளவுதான், என்ன?'

'செய்கிறேன் சார். ஆனால், அந்தப் பெட்டியில் என்ன இருக்கும்' சத்யனால் கேட்காமலிருக்க முடியவில்லை.

'உன் தாத்தா! மடையா. அதில் என்ன இருந்தால் உனக்கென்ன? ஒரு பூட்டின பெட்டி - அதைக் கொண்டுவரவேண்டியது, அவ்வளவு தான்.'

'அதற்கில்லை சார் நடுவில் சோதனை கீதனை செய்தார்களானால்?'

'ஹைதராபாத் விமானத்துக்கு ஒரு 'செக்கிங்'கும் கிடையாது. போகிறபோது நேரே போய் ஏறிக்கொள்ளலாம். திரும்பி வருகிறபோது அந்தப் பெட்டியை அங்கே பாக்கேஜ் கௌண்டரில் கொடுக்க வேண்டியிருக்கும். அவர்கள் சீட்டு தருவார்கள். அதை மீனம்பாக்கம் வந்ததும் திருப்பிக் கொடுத்தால் பெட்டியைக் கொடுத்துவிடுவார்கள்... என்ன?'

'சரி சார், புரிகிறது!' என்றான் சத்யன்.

'ரொம்பச் சுலபமான வேலை. பயப்பட வேண்டாம். நூறு ரூபாய் சுலபமாகக் கிடைக்கும். இந்த நூறு ரூபாய்க்கு நீ எத்தனை தடவை பிக்பாக்கெட் அடிக்க வேண்டும்? இந்த வேலையை ஒழுங்காகச் செய்தால், அப்புறம் மாதாமாதம் கவனித்துக் கொள்வேன்' என்று சத்யனுக்கு விளக்கியவர், 'சற்று இரு' என்று உள்ளே சென்றார்.

அவர் உள்ளே சென்றதும் மேஜை மீதிருந்த சிறிய வெள்ளிக் கிண்ணங்கள் சத்யனின் கண்ணை உறுத்தின. வெற்றிலை பாக்குக்காக வைத்திருந்த அழகான கிண்ணங்கள். மின்னல் வேகத்தில் அவைகளில் ஒன்றை எடுத்துப் பைக்குள் போட்டுக் கொண்டான் சத்யன்.

உள்ளே போனவர் சற்று நேரத்தில் கையில் அழகிய கருப்புப் பாண்ட்டும், வெள்ளைச் சட்டையும் கொண்டு வந்தார். சத்யனிடம் அவைகளை நீட்டி, 'இந்தா, இவை உனக்கு...'

பேச்சை நிறுத்திவிட்டார். இந்தப் பக்கம் அந்தப் பக்கம் பார்த்துக் கொண்டிருந்தவர் திடீரென்று அவன் அருகில் வந்து பளீரென்று புறங்கையால் அடித்தார். நாக்குக்குள் ரத்தம் புளித்தது, சத்யனுக்கு.

'நாயே! உன் புத்தியைக் காட்டுகிறாயே? எடுடா கிண்ணியை?' என்றார்.

பையிலிருந்து அதை எடுத்துக் கொடுத்துவிட்டு அழுதான் சத்யன். 'மன்னித்துக் கொள்ளுங்கள் சார், ஏழை! தெரியாமல் செய்து விட்டேன்.'

திரும்ப அதே மாதிரி அடித்தார். அதே நேரம் அவரது பெண்ணும் அந்தக் கொடூரக் காட்சியை ரசிக்க ஆஜரானாள். எதிர்த்து அடிக்க வேண்டும் போலிருந்தது சத்யனுக்கு. நூறு ரூபாய் ஞாபகம் வந்தது. தன் பலமான கைகளை இறுக மூடிக்கொண்டு,

'மன்னித்துக் கொள்ளுங்கள் சார். நீங்கள் சாதாரண மனிதரில்லை. உங்களை ஏமாற்ற முடியாது. மன்னித்துக் கொள்ளுங்கள் சார். ஹைதராபாத்தில்லை. பாகிஸ்தானுக்கு வேண்டுமானாலும் போகிறேன் சார்!'

'ஜாக்கிரதை! என்னை ஒருக்காலும் ஏமாற்ற முடியாது. ஓடு? நாளைக்கு வா, இந்த பாண்ட், சட்டையைப் போட்டுக்கொண்டு' என்றார்.

உப்புக் கரித்த உதட்டைத் துடைத்துக்கொண்டு சத்யன் கிளம்பினான்.

மறுநாள் வைகௌண்ட் விமானத்தில் சலனமற்ற பிரயாணம். நீலப் புடைவை அணிந்து ஏர்ஹோஸ்டஸ். வயதான வெள்ளைக் காரத் தம்பதிகள். சாக்லேட்.

சத்யனுக்கு மிகவும் பிடித்திருந்தது விமானப் பயணம், இந்த மாதிரி சந்தர்ப்பம் எப்பொழுது எனக்குக் கிடைக்கும்? திண்டு ஸீட்டில், பறக்கும் விமானத்தில் 'சி.எல். ராமச்சந்திரன்' என்ற பெயரில். தனக்குள் சிரித்துக் கொண்டான்.

வயிற்றில் மிருதுவான பயமும் விளையாடியது.

ஏர்ஹோஸ்டஸ் தந்த மிருதுவான சாக்லேட்டைக் கடித்தான். பல் வலித்தது.

'பாவி' என்ன அடி அடித்தான். நான் செய்ததும் தப்புத்தான், அவன்தான் நூறு ரூபாய் கொடுக்கப் போகிறானே, அதற்குள் ஒரு பத்து ரூபாய்க் கிண்ணியையா திருடுவது? என் புத்தி அப்படி! ஆனாலும் என்ன அடி அடித்தான்?'

எதிரே சிவப்பு விளக்கு எரிய, ஏர்ஹோஸ்டஸ் பெல்ட் அணியு மாறு சொன்னாள். விமானம் இறங்கி ரன்வேயில் தொட்டு தத்தியது. சத்யன் இறங்கினான்.

கிளாரிட்ஜஸ் என்கிற ஓட்டலில் இருந்தது அந்த முகவரி. அந்த ஆசாமி உயரமாகக் கருப்புக்கோட் அணிந்து வாயில் சுருட்டுடன் அவனைக் கண்ணாடி மூலம் பார்த்து, 'செக் கொடுத்தாரா?'' என்று கேட்டான்.

'பெட்டி வந்த பிறகு அனுப்புகிறேன் என்று சொன்னார்' என்றான் சத்யன்.

'பெரிய ரோக் அவன்! சட்! இந்தா, இந்த பெட்டிதான்!' என்று காட்டினான், அந்தக் கறுப்புக்கோட்டு.

பெட்டி, சத்யன் எதிர்பார்த்ததைவிடப் பெரிதாக இருந்தது. தூக்குவதற்கு மிகுந்த கனமாக இருந்தது. இரண்டு கைகளாலும் சேர்த்துத் தூக்க வேண்டியிருந்தது.

'டாக்ஸியில் போ' என்றான் அந்தக் கறுப்புக்கோட்டு.

டாக்ஸியில் வைத்துக்கொண்டு தன் ஓட்டலை அடைந்தான் சத்யன். அறையில் முக்கி முனகிப் பெட்டியைக் கொண்டு போனதும், அப்பாடா என்று படுக்கையில் சாய்ந்தான். மாலை ஏழு மணி, என்ன செய்வது? சினிமாவுக்கும் நேரமாகிவிட்டது.

பொழுது போகாமல் பையில் சிகரெட்டைத் தேடினான். பெட்டியைப் பார்த்தான். பெரிய பெட்டி. அழுத்திப் பூட்டப் பட்டிருந்தது. 'இதில் என்ன இருக்கும்? இவ்வளவு கனமாக இருக்கிறதே?' யோசித்தான்.

சுற்றுமுற்றும் பார்த்தான். பெட்டியின் பூட்டைத் தடவினான். வலுவான பூட்டு, சுற்றுமுற்றும் மறுபடி பார்த்தான். எதிரே படம் மாட்டியிருந்தது. அதை எடுத்துவிட்டு, சுவரின் ஆணியைப் பெயர்த்து எடுத்தான். கதவைத் தாளிட்டுக் கொண்டான்.

அரைமணி திண்டாடியதற்குப் பிறகு பூட்டு திறந்தது. வியர்வையைத் துடைத்துக்கொண்டு நடுங்கும் கைகளால் பெட்டியைத் திறந்தான்.

ஒரு சிவப்பான துணி போட்டு மூடியிருந்தது. துணியை விலக்கினான்.

பெட்டி நிறையப் பாட்டில்கள் அடுக்கப்பட்டிருந்தன. ஒழுங்காகப் புரளாமல் துணி சுற்றி அடுக்கப்பட்டிருந்த விஸ்கி பாட்டில்கள். மஞ்சளான திரவங்கள் மென்மையாகச் சலசலத்தன.

'அடபாவி! இது தானா? 'விஸ்கி' கடத்தலா? என்று எண்ணிய வன், கீழே சென்று வேறு பூட்டு வாங்கி வந்து அதைப் பூட்டி விட்டு, 'நமக்கு எதற்கு? பெட்டியைக் கொடுக்க வேண்டியது. பணத்தை வாங்க வேண்டியது. அவ்வளவுதானே?' என்று எண்ணிக் கொண்டான்.

மீனம்பாக்கம் விமான நிலையத்தில் டிரைவர் தயாராகக் காருடன் காத்திருந்தான். சத்யன் பெட்டியைத் தூக்க முடியாமல் தூக்கி வருவதைப் பார்த்து, அவனை நோக்கி விரைந்து வந்து அதை வாங்கிக்கொண்டு காரின் பின்ஸீட்டில் வைத்தான்.

'உங்கள் எஜமான் வரவில்லையா?' என்று சத்யன் கேட்டதற்கு டிரைவர் பதில் சொல்லாமல், 'நீ எங்கே இறங்க வேண்டும்?' என்று கேட்டான்.

'மவுண்ட் ரோட்டில் விட்டுவிடு, ஆயிரம் விளக்குப் பக்கத்தில்' என்று சொல்லிவிட்டு டிரைவர் பக்கத்தில் உட்கார்ந்தான்.

கார் கிளம்பியதும், 'இந்தா' என்று டிரைவர் ஒரு கவரை அவனிடத்தில் கொடுத்தான். அதில் புதிய நூறு ரூபாய் நோட்டு ஒன்று இருந்தது.

அதை வாங்குகையில் சத்யன் டிரைவரின் புஷ்கோட்டின் பக்கவாட்டுப் பையில் இருந்த கருப்புப் பர்ஸைக் கவனித்தான்.

மவுண்ட்ரோட்டில் ஜெமினி அருகிலேயே இறங்கிக் கொண்டான். 'மிகவும் நன்றி,' என்றதும் கார் சென்றது. சத்யன் அந்தக் கருப்புப் பர்சில் இருந்த பணத்தை எண்ணினான். பதினைந்து ரூபாய் இருந்தது.

அதை எடுத்துக்கொண்டு பர்ஸை விசிறி எறிந்து விட்டு மெதுவாக நடந்தான். ஆக மொத்தம் நூற்றுப் பதினைந்து என்று எண்ணிக்கொண்டு கன்னத்தைத் தடவிக் கொண்டான்.

தடவின இடத்தில் வலித்தது; 'பாவி! அந்த அடியா அடித்தாய்?' என்று எண்ணிக்கொண்டு சற்று விரைவாக நடந்து அருகிலிருந்து போலீஸ் ஸ்டேஷனை அடைந்தான். இன்ஸ்பெக்டருக்குச் சலாம் போட்டுவிட்டு மரியாதையாக நின்றான்.

'என்ன?' இன்ஸ்பெக்டர் வினவினார்.

சத்யன் பணிவாக, 'சார் ஒரு ஆள் அக்கிரமம் பண்ணுகிறான். அதை ரிப்போர்ட் செய்ய வந்தேன். யாரிடம் சொல்ல வேண்டும்?' என்றான்.

'என்ன அக்கிரமம்?' நிமிர்ந்து பார்த்தான் கண்டிப்பு நிறைந்த இன்ஸ்பெக்டர்.

'நிறைய விஸ்கி பாட்டில் ஒருவன் கள்ளத்தனமாக விற்கிறான் சார், வீட்டிலே அடுக்கி வைத்திருக்கிறான் பாட்டில் பாட்டிலாக.'

'என்னது?'

'ஆமாம் சார். என் கண்ணாலே பார்த்தேன். முகவரி கூடச் சொல்கிறேன் சார், நுங்கம்பாக்கத்திலே...'

இன்ஸ்பெக்டர் டெலிபோனை எடுத்து நுங்கம்பாக்கம் போலீஸ் ஸ்டேஷனைக் கூப்பிட்டார்.

'மஜித்! குட்மார்னிங்! ராஜேந்திரன் பேசுகிறேன். ஒரு ப்ரொகிபிஷன் கேஸ்... உங்கள் சர்க்கிளில்...'

ஒரு முக்கியமான மதுவிலக்குக் கேஸில் போலீஸுக்கு உதவி செய்ததற்காக சர்க்கார் சத்யனுக்கு நூறு ரூபாய் வெகுமதி அளித்தார்கள். சத்யன் சிரித்துக் கொண்டான். 'ஓர் அறை விட்டாலும் விட்டான். அதிகப்படியாக நூறு ரூபாய் கிடைத்தது!'

('குமுதம்', டிசம்பர் 27, 1962)

இதன் விலை

ரூ. 2000

‘எனக்கு அனாதைக் குழந்தைகளைப் பற்றிக் கவலையோ அக்கறையோ இல்லை!’ என்றான் நடேசன்.

அந்த இளைஞன் விடாப்பிடியாக, ‘அப்படிச் சொல்லக் கூடாது, சார்! உங்களைப் போல் செல்வம் படைத்த பெரிய மனிதர்கள் உதவி செய்யவில்லை என்றால், இந்தக் குழந்தைகளின் கதி என்ன ஆவது? எங்கள் அனாதைக் குழந்தைகள் சங்கக் கட்டிட நிதிக்காக நீங்கள் கட்டாயம் உதவி செய்துதான் ஆக வேண்டும்’ என்றான்.

‘தம்பி! நீ புத்திசாலி; நன்றாகப் பேசுகிறாய்! ஒன்று சொல்லட்டுமா உனக்கு? நேற்று ஒருத்தன் வந்தான். ‘நான் சேலம் சார், கைத்தறித் தொழிலிலே இருக்கிறேன். பெண்டாட்டி பக்கத்து தெருவிலே சாகக் கிடக்கிறாள் என்றான். காரைத் துடைக்கச் சொல்லிவிட்டு எட்டணா கொடுத்தேன். மத்தியானம் பார்க்கிறேன். ரேவதி டாக்கீஸிலே க்யூவில் நிற்கிறான்! போனவாரம் மூன்று பேர் வந்தார்கள். என் கழுத்தில் ரோஜாப்பூ போட்டுவிட்டு, ஈரான் பூகம்பத்திலே இருபதினாயிரம் பேர் செத்துப் போயிட்டாங்க, செக் கிழித்துக் கொடுங்க, என்றார்கள்? நான் என்ன செக் எழுதுகிற யந்திரமா?’

அந்த இளைஞன் சற்றும் அயராமல், ‘நீங்க சொல்வது ரொம்ப உண்மை. இந்த நிதி திரட்டுகிற விஷயத்திலே பித்தலாட்டம் அதிகமாய்ப் போச்சு. ஆனால், எங்களுடையது உண்மையான

சங்கம். எப்போது வேண்டுமானாலும் தாங்கள் வந்து பார்வை யிடலாம்' என்றான்.

'விடமாட்டாய் போலிருக்கே! சரி, கொஞ்சம் இரு' என்று சொல்லி நடேசன் உள்ளே போய்ப் பர்சை எடுத்து வந்து, ஐந்து ரூபாய் நோட்டு ஒன்றைக் கொடுத்தார்.

'என்னங்க இது?'

'என்ன?'

'ஐந்து ரூபாயா? உங்களிடம் ஆயிரம் ரூபாயாவது எதிர்பார்த் தேனே.'

'ஏன், லட்ச ரூபாய்கூட எதிர்பார்ப்பாய்! பேசாமல் கொடுத்ததை வாங்கிக்கொண்டு போ! தகராறு பண்ணாதே!'

'ஒரு நூறு ரூபாயாவது கொடுங்க!'

'டேய் புத்தியைக் காட்டுகிறாயே! என்ன அடாவடித்தனம் இது!'

'ஐயா, கோபிக்காதீர்கள். கட்டிடத்துக்குத் தேவைப்படுகிற நிதி ஒரு லட்சம் ரூபாய். உங்களைப் போன்ற பணக்காரர்கள் ஐந்து ரூபாய் கொடுத்தால், நாங்கள் என்ன செய்ய முடியும்? தயவு செய்து...'

'மேலே ஒரு சல்லிக்காசு கிடையாது! கிளம்பு! தானம் வாங்குகிற கழுதைக்கு வாய் மட்டும் நீளம்!'

'மிஸ்டர் நடேசன்! மரியாதைத் தவறிப் பேசாதீர்கள்!' பதற்றமே இதுவரை காட்டாத இளைஞன், அவர் அருகில் கோபத்துடன் வந்தான். 'நான் யார் தெரியுமா? இந்த ஊர் சேர்மனுடைய மகன். மரியாதைப்பட்டவன். எங்கள் சங்கத்தை ரிஜிஸ்டர் பண்ணி யிருக்கிறோம். ஏற்கெனவே ஒரு கட்டிடம் கட்டியிருக்கிறோம். கணக்கைச் சரி பார்க்க ஆடிட்டர்கள் இருக்கிறார்கள். சர்க்காரிலே மானியம் கொடுக்கிறார்கள். கொடுக்கிறது ஐந்து ரூபாய் பேசுவது பாரதம்!'

'அட சரிதான் போப்பா! நீ யாரானால் எனக்கென்ன?' என்று இரைந்தார் நடேசன்.

வாசல் கேட்டை உதைத்துத் திறந்து வெளியேறி விரைந்து சென்றுவிட்டான் அந்த இளைஞன்.

'சே! இந்த கௌரவப் பிச்சைக்காரர்கள் தொந்தரவு வரவர ஜாஸ்தியாப் போச்சு!' என்று அலுத்துக்கொண்டு உள்ளே வந்தார் நடேசன்.

'என்னவாம்?' என்று கேட்டாள் அந்த மனைவி.

'ஏதோ சங்கமாம்... தர்மமாம்! ஆயிரம் ரூபாய் வேணுமாம் நன்கொடை!'

'சரிதான்! இந்த மாதிரி கொடுத்துக் கொடுத்துப் பழக்கப் படுத்தியது உங்கள் தப்பு! எக்கச்சக்கமாய்ச் செலவு இருக்கிறது. கலாவுக்கு இந்த ஆனிக்குள் கல்யாணம் நடத்தினால் நல்லது...' என்றாள் அவர் மனைவி. 'பாஸ்கரன் வீட்டிலே அவசரப்படுத்து கிறார்கள்.'

'குழந்தை ஏதோ நெக்லெஸ் கேட்டுக் கொண்டிருந்ததே, என்ன செய்தாய்?' என்று நடேசன் கேட்டார்.

'நெக்லெஸுக்கு அளவு எடுக்க வேண்டாமா? இந்தப் பெண் கலாவதி வந்தால்தானே? என்ன படிப்பு வெட்டிப் படிப்பு! கல்யாணத்துக்கு முதல் நாள்தான் நம் கண்ணில்படும் போலிருக்குது! அதை ஹாஸ்டலுக்கு அனுப்பியதே தப்பு!' என்று புலம்பிய திருமதி நடேசன், 'அதற்கு ஒரு லெட்டர் போடுங் களேன், உடனே வரும்படி' என்றாள்.

மனைவி உள்ளே போனதும், மகளுக்குத் தான் தந்துள்ள சுதந்திரத்தைப் பற்றிப் பெருமையுடன் எண்ணலானார் நடேசன். ஒரே பெண். அவர்கள் குடும்பத்திலேயே பத்தாவதுக்கு மேல் படித்த முதலாவது பெண். எவ்வளவு பிடிவாத ஆசைகள்! மேலே மேலே படிக்கிறேன் என்கிறது. ஒரு வழியாக பாஸ்கரனைக் கல்யாணம் செய்துகொள்ள இப்போதுதான் சம்மதித்திருக் கிறாள்.

எவ்வளவு பெரிய சம்பந்தம்! பாஸ்கரனுக்கு லட்சக்கணக்கில் சொத்து; இவர்கள் எஸ்டேட்டான மங்கலத்தில் நிலம்; சர்க்கரை ஆலையில் ஷேர்கள்.

நான்கு நாள் கழித்து கலாவதியிடமிருந்து பதில் வந்தது. தன் பரீட்சை இன்னும் ஒரு வாரத்தில் முடிந்து விடும் என்றும், முடிந்தவுடன் புறப்பட்டு வருவதாகவும் எழுதியிருந்தாள்.

அன்றைய தபாலில் நடேசனுக்கு இன்னொரு உறையும் வந்திருந்தது. முன்பின் தெரியாத கையெழுத்து.

உள்ளே சிவப்பு மையில் எழுதப்பட்ட ஒரு கடிதம்.

அத்துடன் ஒரு புகைப்படம்-

திடீரென்று உடலெங்கும் வியர்த்தது நடேசனுக்கு.

யார்? கலாவதியா? கூட இருக்கிற இவன் யார்?

> 'உடன் வைத்திருக்கும் புகைப்படத்தைக் காணுங்கள். இதன் 'நெகடிவ்' என்னிடம் இருக்கிறது. அதன் விலை ரூ. 2000. உமக்கு இந்தப் போட்டாவை வாங்க ஆவலாயிருக்கும். ஒன்று செய்யுங்கள். 2000 ரூபாயை, 20 நூறு ரூபாய் நோட்டாக எடுத்து, அதை ஒரு சாதாரண கவரில் வைத்து எடுத்துக் கொண்டு நாளை மாலை 4.30 மணிக்கு பூங்கா அருகில் இருக்கும் நூல் நிலையத்துக்குச் செல்லுங்கள். நுழைந்ததும் இடது பக்க அறைக்குச் செல்லுங்கள். அங்கே 'நாடகங்கள்' பகுதியில் மேல் தட்டில் இருக்கும் 'ஷேக்ஸ்பியர் நாடகங்கள்' என்ற புத்தகத்தில் அந்தக் கவரை வைத்துவிட்டுத் திரும்பி விடுங்கள். மூச்சு விடக்கூடாது யாரிடமும். மறு தினமே தபாலில் உங்களுக்கு இந்தப் போட்டோவின் நெகடிவ் வந்து சேரும்.
>
> **எச்சரிக்கை:** போலீஸ் உதவியை நாடுவது முட்டாள்தனம். அப்படி ஏதாவது செய்வதாகத் தெரிந்தாலும் சரி, அல்லது நாளை மாலை பணம் அந்த இடத்தில் வைக்கப்படா விட்டாலும் சரி, உடனே இந்தப் படத்தின் பிரதி உங்கள் எதிர்கால மாப்பிள்ளையான பாஸ்கரனுக்கு அனுப்பப்படும்! இன்னும் எவ்வளவு பெரிய மனிதர்களுக்கு அனுப்ப முடியுமோ அவ்வளவு பேருக்கும் அனுப்பப்படும்.

கீழே கையெழுத்தில்லை.

புகைப்படத்தை மறுபடி பார்த்தார் நடேசன். அவர் மகள் கலாவதியும், ஒரு இளைஞனும் சேர்த்து எடுத்துக்கொண்ட படம்

அது. அவன் தோளை அணைத்துக் கொண்டிருக்க, இருவரும் புன்னகையுடன் ஒரே திக்கில் பார்த்துக் கொண்டிருக்க, கிட்டத்தில் எடுத்த படம் அது.

நடேசனுக்குக் கொஞ்ச நேரம் என்ன செய்வது என்றே புரியவில்லை. மகளின் மேல் ஆத்திரம்தான் வந்தது!

இந்தப் பெண் எவ்வளவு சாதுவான, சமர்த்தான பெண் என்று எண்ணிக் கொண்டிருந்தேன்! சே!

கடிதத்தை மறுபடி நிதானமாகப் பார்த்தார். எதிரே இருந்த டெலிபோனைப் பார்த்தார். ரிஸீவரை எடுத்து போலீசுக்கு போன் பண்ண ஆரம்பித்தார். முடிக்கவில்லை. டயலிலிருந்து விரலை எடுத்து விட்டார். மறுபடி யோசித்தார். போலீசுக்குப் போனால் வெளியே விஷயம் தெரிந்து விடும். படத்துக்குப் படமும் கிடைக்காது. கலாவதியின் கல்யாணமும் தடைப்பட்டுவிடும். பாஸ்கரனும் அவன் குடும்பத்தாரும் திரும்பிக்கூட பார்க்க மாட்டார்கள்.

நடைபிணமாக எழுந்து, பணப்பெட்டியைத் திறந்தார் நடேசன்! 20 நூறு ரூபாய் நோட்டுக்களைத் தனியாக எடுத்து ஒரு கவரில் போட்டு வைத்துக் கொண்டார்.

கலாவதி ஊருக்கு வந்தாள்...

இவ்வளவும் நடந்து முடிந்த மறுவாரம்.

இளமையின் செழிப்புடன், காதில் தொங்கும் வளையங்களுடன், கையில் டம்பப் பையுடன், சிரிப்பின் கவர்ச்சியில் உள்ள குழந்தைத்தனத்துடன்...

'என் கண்ணே! இளைத்துப் போய்விட்டாயே! ஹாஸ்டல் சாப்பாடு உனக்குச் சரியில்லையாம்மா?' என்றாள் தாயார்.

'போம்மா! நானா இளைத்திருக்கிறேன்?' என்ற கலாவதி தந்தையிடம், 'அப்பா! சௌக்கியமா?' என்றாள்.

'ம்... ம்' என்று முனகினார் நடேசன்.

'அம்மா... ஏன் அப்பா ஒரு தினுசாயிருக்கிறார், நான் வந்தது முதல்?'

'கலா, உன்கிட்ட ஒரு முக்கியமான விஷயம் பேச வேண்டும். மாடிக்கு வா!' என்று கூறிய நடேசன் மாடிக்கு விரைந்தார். மனைவியிடம் எதுவும் சொல்லவில்லை. சொல்ல விரும்பவில்லை.

பின்னாலேயே வந்த கலாவதி, 'அப்பா! நீங்கள் கேட்கப் போவது என்ன என்கிறது எனக்கு நன்றாகத் தெரியும்' என்றாள்.

'தெரியுமா!' அறைக் கதவை உள்புறம் தாளிட்டுக் கொண்டார் நடேசன்.

'ஆமாம், ஏன் போன வாரமே வரவில்லை என்றுதானே கோபிக்கப் போகிறீர்கள்!'

'இல்லை. இது வேறு விஷயம், மிக முக்கியம்!' நடேசனின் குரலில் கண்டிப்பிருந்தது.

'இதோ பார்!' என்று தன் பைக்குள் பத்திரமாக வைத்திருந்த அந்தப் போட்டோவை எடுத்துக் காண்பித்தார் நடேசன். 'இதைப் பார்க்க வெட்கமாய் இல்லை? யார் இந்தப் பையன்?'

கலாவதி அந்தப் புகைப்படத்தைப் பார்த்ததும் கலீர் என்று கண்ணாடி உடைவதுபோல் சிரித்தாள்.

நடேசனுக்குப் புரியவில்லை. கோபம் அதிகமாயிற்று. 'சிரிப்பென்ன இதிலே?' என்று உறுமினார்.

'அதிருக்கட்டும், இந்தப் போட்டோ உங்களுக்கு எப்படி அப்பா கிடைத்தது?'

'அதைப் பற்றிக் கவலையில்லை. யார் இந்தப் பையன்?'

'பையனா! இல்லை! இது பெண்! என் சிநேகிதி வசந்தி!'

'என்னது?'

'இந்தப் போட்டோ எங்கள் காலேஜ் நாடகத்தில் எடுத்தது. நாங்கள் இரண்டு பேரும் நடித்தோம், வேஷப் பொருத்தம் அவ்வளவு கச்சிதம்! ஏமாந்து விட்டீர்களே, வசந்தி கொஞ்சம் முற்போக்கான பெண். தலையைக் கிராப் மாதிரி வெட்டி

விட்டுக்கொண்டிருப்பாள். அதனால் அழகான பையன் போலிருக்கிறாள்.

மகளுடைய கடைசி வார்த்தைகளோ, அவள் சிரிப்போ நடேசன் காதில் விழவில்லை.

...2000 ரூபாய் இந்த நாடகப் படத்துக்காகவா? எவ்வளவு பெரிய மோசடி! யார் அவன்!

'அப்பா! உங்களுக்கு என்ன, காது செவிடா?'

'ஏன்?'

'இந்த போட்டோ எப்படி உங்களுக்குக் கிடைத்தது என்று கேட்டேனே?'

'போகட்டும்... விடு...'

'நான் சொல்லட்டுமா உங்களுக்கு, இந்த வசந்தி யார் தெரியுமா? இந்த ஊர் சேர்மனில்லை, அவர் மகள். சேர்மன் வீட்டுக்குப் போயிருந்தபோது எடுத்து வந்தீர்களா? விளையாட்டுக்கு என்னை மிரட்டப் பார்த்தீர்களா?' என்றாள் கலாவதி.

பிற்பகல் வந்த கடிதம் நடேசனுடைய குழப்பத்தை நீக்கியது.

அன்புள்ள நடேசன் அவர்களுக்கு,

அன்று உம்மை வந்து, அனாதைக் குழந்தைகள் சங்க நன்கொடைக்காக கெஞ்சிய இளைஞனை ஞாபகமிருக் கிறதா? அவனேதான் எழுதுகிறேன்.

தாய் தந்தையற்ற குழந்தைகளுக்கு ஐந்து ரூபாய் கொடுக்க மூக்கால் அழுதீர்கள். ஆனால், ஒரு வதந்தியைக் கொல்வதற்கு, உங்கள் பெரிய மனிதத் தன்மையை நிலைநிறுத்து வதற்கு, இரண்டாயிரம் கொடுத்தீர்கள்!

ஆமாம், இந்த ஊர் சேர்மனின் மகன்தான் நான். அதனால் தான் என் தங்கை உமது மகளுடன் எடுத்துக்கொண்ட புகைப்படம் எனக்குக் கிடைத்தது. கை கொடுத்து உதவியது. நாளை செய்தித்தாளில் நீங்கள் எங்கள் சங்கத்துக்கு 'மனமுவந்து' அளித்த நன்கொடை, பற்றிய செய்தி

வெளியாகும். இத்துடன் இரண்டாயிரம் ரூபாய்க்கு, சங்கத்தின் ரசீது வைத்திருக்கிறேன்.

ரவீந்திரன்

கடிதத்தைப் படித்துவிட்டு, நடேசன் டெலிபோனை நாடினார். ஆனால், 'சே! நாம் ஏமாந்த கதை நம்மோடு தொலையட்டும்!' என்று எண்ணியவராக, டெலிபோனைத் திரும்ப வைத்தார்.

('குமுதம்' மே.2-1963)

திட்டம் என்றால்

திட்டம்

வியத்தகு திட்டம்கூட விலங்கைத்தான் கொண்டு வந்தது.

எப்படி?

என் பெயர் ஆத்மநாதன் (நண்பர்களுக்கு ஆத்மா); உயரம்: 5 அடி 10 அங்குலம்; எடை: 140 பவுண்ட், தொழில்... இதில் என்ன தயக்கம்? சொல்லிவிடுகிறேன் - திருட்டு!

ரயில் நிலையத்திலும், பஸ் ஸ்டாண்டிலும் செய்கிற சில்லறை வேலைகள் அல்ல; கொஞ்சம் பெரிய விவகாரம். முதல் போட வேண்டும். அகப்பட்டால் ஐந்து ஆறு வருஷம் விழும். இதெல்லாம் தொழிலில் உள்ள திருப்பங்கள்.

கதையில், முடிந்த பிறகுதான் நீதி சொல்வார்கள். நான் இப்போதே சொல்லிவிடுகிறேன். என் முக்கியமான திருட்டுக்கு மற்றவர் உதவியை, அதுவும் பெண்களின் உதவியை நாடவே கூடாது. இந்த நூற்றாண்டின் மகத்தான திருட்டு ஒரு பெண் அணிந்த வெள்ளை 'ஸாரி'யால் பாழாகிவிட்டது.

என்ன ஆயிற்று தெரியுமா?

பாங்க்: நான் திருடத் திட்டமிட்ட பாங்க் தியாகராய ரோட்டில் மௌனமான நிழலில் இருந்த ஒரு சிறிய பாங்க். ஆனால் பக்கத்திலிருந்த தொழில் கல்லூரியில் வேலை செய்பவர்கள் சம்பளம், 'ட்ரெஷரி' பணங்கள் எல்லாம் புரளுவதால் ஒரு நாளைக்கு ஒரு லட்சம் ரூபாய்கூட மாறும் என்று ராம்லால்

சொன்னான். ராம்லால் யார் தெரியுமா? அந்த பாங்கியின் இரவுக் காவல்காரன்; எனக்கு ரொம்ப 'தோஸ்த்'. அவனுக்கு இந்தக் காவல் வேலை கிடைத்ததால்தான் இந்தத் திட்டத்திலேயே இறங்கினேன். தினசரி, காஷ் ரிஜிஸ்டரைப் பரிசோதித்துவிட்டு, பணத்தை எண்ணிப் பார்த்துவிட்டு, இரும்புக் கிராதிகள் போட்ட அறையில் இருக்கும் இரும்புப் பெட்டியில் வைத்துப் பூட்டி விட்டு, சாவிக் கொத்தை பாங்கின் ஏஜெண்ட் திரு.சுந்தரராமன் தன் வீட்டுக்கு எடுத்துச் சென்று விடுவார். அதை ஒரு தோல் பையில் போட்டுத் தன் அறையில் வைத்திருப்பார். சுந்தரராமன் வீட்டில் தனியாக இருக்கிறார். இதெல்லாம் எனக்கு ராம்லால் தந்த விவரங்கள்...

இந்த விவரங்களில் உருவாயிற்று என் திட்டம். அதற்கு ஒரு பெண் தேவையாயிருந்தது. மற்றும் ஒரு கார் தேவையாயிருந்தது.

பெண் பெயர் இந்திராணி (இந்திரா என்று கூப்பிட்டால் இவளுக்குக் கோபம் வரும்). இவளை எனக்கு ராஜசேகரன் என்பவர் மூலம் தெரியும். ராஜசேகரனிடம் நான் ஆறு மாதங்களுக்கு முன் வேலை செய்து கொண்டிருந்தேன். அவர் நிஜமாகவே பெரிய மனிதர். அவர் நினைத்தால் லாயிட்ஸ் பாங்கைக்கூடக் கொள்ளையடிக்க முடியும். கெட்டிக்காரர். சினிமா எடுத்தார்; படம் 3000 அடி பிடித்த பிறபாடு ஓடாது என்று தெரிந்துகொண்டு ஒரு மார்வாடிக்கு விற்று விட்டார். கிண்டி ரேசில் இவர் குதிரை ஒன்று ஓடுகிறது (ப்ளு டைமண்ட்). மன்னிக்கவும். நான் சொல்ல வந்தது இந்திராணியைப் பற்றி.

குமாரி இந்திராணி ராஜசேகரனால் அறிமுகப்படுத்தப்பட்ட ஒரு சினிமா நடிகை. குட்டி நடிகை. இவளை நீங்கள் கூர்ந்து கவனித்தால், எல்லா சினிமாப் படங்களிலும் பார்க்கலாம். கதாநாயகி சந்தோஷமாகப் பாடும்போது திடீரென்று பின்னாலிருந்து தோன்றும் பரிவாரத்தில் நான்காவது அல்லது ஐந்தாவது பெண்ணாக இருப்பாள். 'தேனருவி' என்ற படத்தில் இவளை கிட்டத்தில் காட்டினார்கள் (கொட்டகை முழுக்க சீட்டி!) இவளுக்கு இப்போது அதிகத் தேவையில்லை. பல படங்களில் 'நடித்து' விட்டாள். ஒரு வீடு வாங்கி விட்டாள். அவ்வளவு பணமும் எப்படிக் கிடைத்தது என்பது கடவுளுக்குத்தான் வெளிச்சம்; அல்லது இருட்டு.

ராஜசேகரனிடமிருந்தபோது இவளை எனக்குப் பழக்கம். தப்பாக ஒன்றும் இல்லை. இவளைத்தான் எனக்கு உடந்தையாகச்

சேர்த்துக் கொண்டேன். நான் என் திட்டத்தை இவளிடம் விவரித்தபோது, அயர்ந்து போய் என் முதுகில் தட்டி, 'ஆத்மா! நீ பெரிய ஆள் ஐயா!' என்று சிநேகித பாவத்தில் அணைத்துக் கொண்டாள். (யூடிகொலோன் வாசனை.) என் திட்டத்தினால் அவளுக்குப் பத்தாயிரமாவது கிடைக்கும் என்று தெரிந்ததும், மிகுந்த ஆர்வத்துடன் நான் சொன்ன நேரத்தில் சொன்ன இடத்தில் காத்திருந்தாள்.

கார், நான் உபயோகப்படுத்தியது புது கார். ராஜசேகரிடமிருந்து இரவல் வாங்கியது.

திருட்டு: சனிக்கிழமை இரவு 12-30 மணிக்கு ஏஜண்ட் திரு. சுந்தர ராமன் வீடு இருக்கும் அந்தத் தெருவின் கோடியில் இந்திராணி யுடன் காரில் மரநிழலில் காத்திருந்தேன். இந்திராணி வெள்ளை ஸாரி அணிந்திருந்தாள். காரில் மிக உஷ்ணமாக இருந்தது. காற்றோட்டம் இல்லை. பயத்தால் வேறு வியர்வை.

இந்திரா பதற்றமாக மூச்சு விட்டுக்கொண்டு, 'ஆத்மா! ஏதாவது தப்பாக நடந்துவிட்டால் என்னை மாட்டி வைத்துவிடாதே' என்றாள். நான் 'பயப்படாதே இந்திரா, உன் நடிப்பு முடிந்ததும் அதில் உனக்குக் கொஞ்சம்கூடத் தொடர்பு கிடையாது. உடனே நீ வீட்டுக்குப் போய்விடலாம். அதோ பார் இடது கோடியில் இடது பக்கத்தில் தெருவிளக்கு அருகில் தெருவுடன் ஒட்டி யிருக்கும் அந்த வீடுதான் தயாரா?' என்றேன். சைபர் வடிவத்தில் அவள் உதடுகள்தான் குவிந்தன. சப்தம் வரவில்லை. அவ்வளவு பயம். தெருவில் யாருமில்லை. கனமாக நிசப்தம். நான் காரைக் கிளப்பி வெகு வேகமாகச் செலுத்தி, சுந்தரராமன் வீட்டு எதிரில் சரேல் என்று 'ப்ரேக்' போட்டு நிறுத்தினேன். இந்திரா இறங்கிக் கொண்டாள்.

நான் இறங்கினதும் என்னிடம் வந்து என்மேல் மயக்கமாகச் சாய்ந்தாள். 'கீழே போட்டு விடாதே' என்று மெதுவாகச் சொல்லி விட்டுக் கண்களை மூடிக் கொண்டாள். நான் அவளைக் கைவாகு கொடுத்து அழைத்துச் சென்றேன்.

திரு. சுந்தரராமன் வீட்டுக் கதவை அடைந்து தட்டினேன். பொத்தானை அழுத்தினேன். பதற்றத்துடன் ஒன்று இரண்டு மூன்று நான்கு ஐந்துவரை எண்ணிவிட்டு மறுபடி கதவைத் தட்டினேன்.

இந்திராவின் மயக்கம் உண்மையான மயக்கம் போலவே இருந்தது. அவ்வளவு துவண்டு என்மேல் சாய்ந்திருந்தாள். மறுபடி தட்டினேன்.

உள்ளே மின்சார விளக்கைத் தட்டும் சப்தம் கேட்டது. செருப்பு சத்தம் கேட்டது. 'ஆத்மா! ஜாக்கிரதையாக நடந்து கொள்; ஒரு தப்பு நடந்தாலும் எல்லாம் கெட்டு விடும்' என்று எனக்கு நானே சொல்லிக் கொண்டேன். கதவு திறந்து சுந்தரராமன் எதிரே நின்றார்- நடுத்தர வயது. தூக்கக் கலக்கம். டிரெஸ்ஸிங் கவுன். 'எஸ்' என்றார். என் மேல் சாய்ந்திருந்த பெண்ணைப் பார்த்ததும் திடுக்கிட்டுப் பின்வாங்கினார்.

நான் பதற்றம், அவசரம், கொஞ்சம் பயம் எல்லாவற்றையும் கலந்து, 'ஸார், நான் காரில் வேகமாக வந்து கொண்டிருந்தபோது இந்தப் பெண் உங்கள் வீட்டு எதிரில் தெருவில் மயக்கமாக விழுந்து கிடந்தாள் . நல்ல வேளை, 'பிரேக்' போட்டேன். உங்கள் வீட்டில் 'போன்' இருக்கிறதா? டாக்டருக்குப் போன் செய்யலாம்' என்றேன்.

அவர் 'ஓ மை குட்னஸ்! உள்ளே வாருங்கள்! மூச்சு இருக்கிறதா?' என்றார்.

'இருக்கிறது. சாதாரண மயக்கம் போலத்தான் இருக்கிறது.'

இடதுபுறம் இருந்த அறையில் விளக்கு அருகில் இருந்த படுக்கையில் இந்திராவைச் சாய்த்தேன். அழகாகப் படுத்தாள். மூச்சை மேலும் கீழும் பலமாக (சற்றுக் கவர்ச்சிகரமாக) விட்டாள். கண் மூடியிருந்தது.

நான் சொன்னேன்: 'தயவு செய்து ஒன்று செய்யுங்கள். கொஞ்சம் தண்ணீர் கொண்டுவந்து முகத்தில் தெளியுங்கள். நான் அதற்குள் டாக்டருக்கு டெலிபோன் செய்கிறேன். அந்த ஜன்னல்களைக் கொஞ்சம் திறந்து விடுங்கள். டெலிபோன் எங்கே இருக்கிறது...?'

'கொஞ்சம் பார்த்துக் கொள்ளுங்கள். இதோ வருகிறேன்' முழுவதும் நம்பிவிட்டார். பக்கத்தில் இருந்த செய்தித்தாளை எடுத்து அவள் முகத்தில் அவர் விசிறிக் கொண்டிருந்தபோது நான் அந்த அறையை விட்டு டெலிபோன் இருக்கும் எதிர் அறைக்கு வந்தேன். அவசரப்படாமல், கண்டபடி சில எண்களை டயலில் சுற்றி விட்டு, அவரது தோல் பையைத் தேடிக்கொண்டே, 'டாக்டர் ராமுவா?

நான்தான் சந்திரன் பேசுகிறேன்... ஒருத்தர் மயக்கமாக விழுந்து விட்டார்... ஹிஸ்டீரியா மயக்கம் போல... உடனே வாருங்கள்... ஆமாம்...' என்றேன்.

சுந்தரராமனின் தோல் பை மேஜை மேலேயே இருந்தது. அதனுள் பாங்கின் சாவிக்கொத்து இருந்தது. அதைக் கொஞ்சம் கூட சப்தம் எழுப்பாமல் என் கைக்குட்டையால் அமுக்கி, பைக்குள் போட்டுக்கொண்டு டெலிபோனை வைத்துவிட்டு மறுபடி முதல் அறைக்குச் சென்றேன்.

'டாக்டர் வந்துவிடுவார்' என்றேன்.

சுந்தரராமன் அவள் பக்கத்தில் உட்கார்ந்து, 'முகத்தில் தண்ணீர் அடித்தேன். சற்றுப் புரள்கிறாள். மயக்கம் தெளிந்துவிடும்போல் தோன்றுகிறது' என்றார்.

இந்திரா நான் சொல்லிக் கொடுத்தபடியே செய்தாள். இப்படியும், அப்படியும் புரண்டாள். கண்ணைக் கசக்கினாள். மறுபடி புரண்டாள்; கண் விழித்தாள்.

திடீரென்று எழுந்து உட்கார்ந்துகொண்டு, 'ஐயோ! நான் இங்கே எப்படி வந்தேன்?' என்றாள். (நான், 'என்ன நன்றாக நடிக்கிறாள்!' என்று எண்ணிக்கொண்டே) சுந்தரராமன் தந்தைபோல, 'மிஸ், பயப்படாதே. நாங்கள் உன் நண்பர்கள். இது என் வீடு; என் பெயர் சுந்தரராமன். என் வீட்டு எதிரில் மயக்கமாக விழுந்திருந்தாய். காரில் வரும்போது பார்த்து உன்னை இங்கே அழைத்து வந்திருக்கிறார்... இவர் பெயர்...' என்று என்னைப் பார்த்து நிறுத்தினார்.

'சுந்தரமூர்த்தி' என்றேன். (திடீரென்று உதயமான சந்திரன்)

'நான் தெருவிலா விழுந்து கிடந்தேன்?' என்று தீனமாகக் கேட்டாள்.

'ஆமாம்!'

இந்திரா விசித்து விசித்து அழ ஆரம்பித்தாள்; எனக்குக் கொஞ்சம் பயமாகிவிட்டது. இதெல்லாம் நான் தயாரித்திருந்த கதை வசனத்தில் கிடையாதே...

'அழாதே... இவர் டாக்டருக்கு போன் பண்ணியிருக்கிறார்...

நாங்கள் எல்லாம் உன் நண்பர்கள். அழாதே!' என்று கைக் குட்டையை அவளிடம் கொடுத்தார்.

நான், 'மிஸ் உங்கள் வீட்டு விலாசம் என்ன? சொல்லுங்கள்' என்றேன்.

அவள், என்னைக் கவனிக்காமல் சுந்தரராமனைக் கனிவுடன் பார்த்து, 'சார் எனக்கு இந்த மாதிரி அடிக்கடி வரும். சினிமா வுக்குப் போயிருந்தேன். கிட்டத்தில் தானே என்று தனியாகத் துணை இல்லாமல் போயிருந்தேன். அது தப்பு. திரும்ப வரும்போது... மயக்... ஐயோ!' என்றாள்.

'என்ன?'

'சினிமாவுக்குப் போவதை யாரிடமும் நான் சொல்லவில்லை. வீட்டில் ரொம்பக் கவலைப்படுவார்கள்!' என்னை முதல் தடவை பார்ப்பதுபோலப் பார்த்தாள். 'ஸார் என்னைத் தயவு செய்து உங்கள் காரில் என் வீட்டில் கொண்டு விட்டு விடுங்கள். உங்களுக்குக் கோடிப் புண்ணியம் உண்டு. வீட்டில் ரொம்ப கவலைப்படுவார்கள்.

சுந்தரராமன், 'இல்லை, கொஞ்சம் இருங்கள்; உங்களுக்கு ரொம்பக் களைப்பாக இருக்கும். இவர் டாக்டருக்குத் தெரிவித்திருக்கிறார். டாக்டர் வந்து விடுவார்' என்றார்.

'இல்லை. எனக்கு எல்லாம் சரியாகி விட்டது. வீட்டுக்குப் போய், தூக்க மாத்திரை சாப்பிட்டால் முழுவதும் சரியாகிவிடும். ப்ளீஸ்! என்னை வீட்டில் கொண்டு விட்டு விடுங்கள்...! என்று அழுகையுடன் கெஞ்சினாள்.

'ஸார்! உங்கள் காரில் இவளைக் கொண்டு விட்டு விடுங்கள்' என்றார் சுந்தரராமன்.

'சரி ஸார்! அட்ரஸ் என்னம்மா?' என்றேன். சொல்லிக் கொடுத்திருந்த முகவரியைச் சொன்னாள். தடுமாறி நடந்தாள். என்னைப் பிடித்துக்கொண்டே சுந்தரராமன் வீட்டு முன் விளக்கைப் போட்டு வாயில்வரை வந்தார்.

காரில்-

'எப்படி?' என்றாள் இந்திரா.

‘பிரமாதம் போ! சாவித்திரி பிச்சை வாங்க வேண்டும்?’

‘பன்னிரண்டு நாள் இதை ஒத்திகை பார்த்தேனாக்கும்!’

‘நான் சொல்லிக் கொடுத்ததை மீறிக் கொஞ்சம் போய் விட்டாய்’

‘ஆத்மா! அந்த மனிதர் நிஜமாகவே நம்பி விட்டார். நான் அழுதபோது, அவர் கண்ணிலும் கண்ணீர் வந்துவிட்டது. என் நடிப்புத் திறமை?’

‘ரொம்ப அபாரம்- உன் திறமையை டைரக்டர்கள் தான் கவனிக்கவில்லை’ என்று அவசரமாகச் சொல்லிவிட்டு, காரை விரட்டினேன். எனக்கு வேலை நிறைய இருந்தது. போகும் வழியில் அவளை அவள் வீட்டருகில் இருந்த தெரு திருப்பத்தில் இறக்கி விட்டேன்.

ராம்லால் நெற்றியைத் துடைத்துக்கொண்டு காத்திருந்தான். மிக மௌனமாக இருட்டில் பார்க் அருகில் காரை நிறுத்தினேன்.

‘சாவி கிடைத்ததா?‘ என்றான்.

‘ஓ!’

சாவிக்கொத்தை வாங்கி அவசரமாகப் பாங்கைத் திறந்தான் அவன். இருளில் அழைத்துச் சென்றான்.

‘டார்ச்’ விளக்கின் வெளிச்சத்தில் சுவரில் பதித்திருந்த இரும்புப் பெட்டியைத் திறந்தோம்- பணம்! பணம்! பணம்! ஒழுங்காக இருந்த ஆயிர ஆயிர அடுக்குகள். பக்கத்திலிருந்த குப்பைக் கூடைகளைக் காலி செய்து அவைகளில் பணக்கட்டுகளை நிரப்பினோம். காரில் ‘டிக்கி’யைத் திறந்து அவைகளை அதில் கொட்டி நிரப்பினோம்.

வேலை முடிந்தது. ராம்லால் டிக்கியை மூடி சாவியை கொண்டு என் கையில் கொடுக்கும்போது-

திடீர்ப் புயல் போல ஐந்தாறு, ‘ஜீப்’கள் வந்து டயரைக் கிழித்துக் கொண்டு பிரேக் போட்டு எங்களைச் சூழ்ந்து கொண்டன! மின்னல் போல் நடந்தது! சுற்றிலும் போலீஸ்காரர்கள். போலீஸ்காரர்கள் சுலபத்தில் எங்களைப் பிடித்தனர். ஓடக்கூட நேரமில்லை.

நான் தவித்தேன்! என்ன தப்புச் செய்தேன் திட்டத்தில்? எங்கே? எனக்கு அகப்பட்டுக் கொண்டதில் வருத்தமில்லை. இவ்வளவு

மூளை நிறைந்த திட்டம் பாழ்பட்டதுதான் வருத்தம். எப்படி பாழ்பட்டது தெரியுமா? எனக்கு சொல்லவே வெட்கமாக இருக்கிறது.

காவல் நிலையத்தில் ஒரு போலீஸ்காரனிடம் வாங்கி காலைச் செய்தித்தாளைப் பார்த்தேன். ஒரு அடி உயர எழுத்துக்களில் என் திருட்டு முயற்சியைப் பற்றிய செய்தி வந்திருந்தது! சுந்தரராமனின் புகைப்படம், என் புகைப்படம் (எப்பொழுது எடுத்தார்கள்? தலைவாரிக் கொள்ளாமல் அதுவும்!) சுந்தரராமனுடன் அந்தச் செய்தித்தாளின் நிருபராம் (சோம்பேறி),

பெரிய கித்தாய்ப்பாக என் திட்டம் பாழானது எப்படி என்று விவரித்திருந்தார்கள், அந்த பேப்பரில்.

பாங்கின் ஏஜெண்ட் திரு.சுந்தரராமன் (வயது 42) 15 வருடம் பாங்கில் வேலை செய்து வருபவர். சொன்னார். 'முதலில் நான் நிஜமாகவே ஏமாந்து விட்டேன். ஆனால் அவன் அந்தப் பெண்ணுடன் காரில் திரும்பப் போகும்போது அவள் அணிந்திருந்த வெள்ளை ஸாரியைக் கவனித்தேன். என்னடா இந்தப் பெண் தெருவில் மயக்கமாக விழுந்திருந்தாள் என்றானே? தெருவோ புதிதாகச் செம்மண் போட்ட தெரு! அவள் புடைவையோ ஒரு கறையுமில்லாமல் அப்பழுக்கற்று இருந்தது! எனக்குக் கொஞ்சம் சந்தேகம் ஏற்பட்டது. அப்புறம் அவன் அவசர அவசரமாக டெலிபோனில் பேசியது ஞாபகம் வந்தது. டாக்டரை வரச் சொல்லி விட்டேன் என்றான். எந்த இடத்துக்கு வரவேண்டும் என்று டெலிபோனில் சொல்ல வில்லையே? டாக்டருக்கு எப்படி என் வீட்டு முகவரி தெரியும்!... உடனே என் அறைக்குச் சென்று என் பையைத் தேடினேன். பையில் சாவிக்கொத்து இல்லை! உடனே போலீஸுக்கு...'

பார்த்தீர்களா! இப்படித்தான் ஒரு சின்ன விஷயத்தில் என் மாபெரும் திட்டமே கெட்டுவிட்டது... யாராவது ஒரு நல்ல வக்கீலாக இருந்தால், பார்த்துச் சொல்லுங்களேன்!

('குமுதம்' ஜூலை 25, 1963)

மறுபடி

காதலெனும் ஓட்டலிலே

காதலர்கள் என்றால் பாதி சந்திரனின் மங்கலான ஒளியில் ஓடிப் பிடித்து விளையாடி விஸ்வநாதன்-ராமமூர்த்தி மெட்டு ஒன்றில் உனக்காக எனக்காக என்று பாட்டுப் பாடிவிட்டு அர்த்தமற்ற சிரிப்புகளும், வார்த்தைகளுமாக எப்போதும் சென்ஸாரை ஞாபகத்தில் வைத்துக்கொண்டு ஒருவரையொருவர் அணைத்துக் கொள்கிற பிரகிருதிகள் என்று எண்ணுவீர்கள்.

அப்படி இல்லை இந்தக் கதையின் காதலர்கள். பெயர் ராமச் சந்திரன், ஸவிதா. வயது 26;22. ஸவிதா மெல்லிய பெண். பெரிய கண்கள். அலட்சியமான அழகு. ராமச்சந்திரன், கண்ணாடி போட்ட சாத்விகமான ஆசாமி. மாநிலக் கல்லூரி யில் பி.எச்.டிக்கு 'தெர்மோ எலக்டிரிஸிடி' என்பதில் ஆராய்ச்சி செய்து கொண்டிருக்கிறான்.

இதைப்பற்றி அவன் பேசத் துவங்கினால் ஸவிதா, 'நான் எழுந்து போய்விடுவேன்' என்று பயமுறுத்துவாள். ஸவிதா பி.எஸ்.ஸி. படிக்கிறாள். இருவரும் சந்தித்தது பார்க்கில் இல்லை. முதலில் சாதாரணமாக அறிமுகமானவர்கள். பின்பு தற்செயலாகச் சந்தித் தவர்கள். பிறகு வேண்டுமென்றே சந்தித்தவர்கள். பின்பு 'ஸாமர் ஸெட் மா'மின் நாவல்கள் பற்றியும், புதுமைப்பித்தன் கதைகள் பற்றியும் பேசிவிட்டு இருவருக்கும் பரஸ்பரம் ஒரு கவர்ச்சி இருக் கிறது என்று கண்டுபிடித்தவர்கள். இவர்கள் காதலில் இல்லாதது. 1. சோகப் பெருமூச்சுகள் 2. ஆதர்ச விஷயங்கள். 3. நீ என் உயிர், நான் உடல் போன்ற வசனங்கள்.

மவுண்ட்ரோடின் ஓர் ஓட்டலில் மாடியில் உட்கார்ந்திருக்கிறார்கள். ஜீக்பாக்ஸ் என்னும் ராட்சசன் அலறிக் கொண்டிருக்க, அந்த அலறலுக்கு மேல் 'பில்' யார் கொடுப்பது என்று தீவிரமாக வாதாடிக் கொண்டிருக்கிறார்கள்.

'எத்தனை தடவை நீங்கள் கொடுப்பீர்கள்?' என்கிறாள் ஸவிதா.

'இல்லை ஸவிதா. நம் இருவரில் கொஞ்சம் சம்பாதிக்கிற ஆள் நான்தான். நான் கொடுக்க வேண்டியதுதான் முறை.'

'நான்தான் கொடுப்பேன்.' அவள் பிடிவாதம் பிடிக்கிறாள். 'சரி' என்று ராமச்சந்திரன் வெய்ட்டரைக் கூப்பிட்டு ஜீக்பாக்ஸைக் காட்டி, 'அதை நிறுத்து. அதற்கு எத்தனை பேர் வேண்டும்?' என்று கேட்கிறாள்.

ஸவிதா சிரிக்கிறாள். அவள் சிரிப்பில் கவர்ச்சி இருக்கிறது. நாம் முன் சொன்னதுபோல் அலட்சியமான அழகு. எதிரே போகிறவரை அயர வைக்கும் அழகல்ல; சில சித்திரக்காரர்களின் வேகமான கோடுகளின் விளைவால் திடீரென்று தென்படும் அழகு. ராமச்சந்திரனின் கண்ணாடி மூலம் பார்த்தால் அவள் தேவதை.

ஜீக் பாக்ஸ் ஓய்ந்தது. ராமச்சந்திரன். 'சீக்கிரம் பேசு ஸவிதா, மற்றொரு ஆள் நாலணா போடுவதற்குள்' என்கிறான்.

'என் மாமாவை வெள்ளிக்கிழமை வந்து பாருங்களேன்...'

'நீ வர்ணித்திருக்கிறபடி பார்த்தால், அவரை நெருங்கவே பயமாக இருக்கிறது. என்னவோ ஹிப்னாடிஸம், மெஸ்மரிசம் என்று எல்லாம் படிப்பார் என்றாயே!'

'அதுவா; ஹிப்னாடிஸத்தில் அவருக்கு ஆர்வம் உண்டு. பெரிய பெரிய விஷயங்கள் படிப்பார். ஆனால் ரொம்பத் தங்கமானவர். எனக்கு அப்பா, அம்மா எல்லாம் அவர்தான். சிறு வயதிலிருந்தே படிக்க வைத்து வேண்டுமென்கிற பணமும், சுதந்திரமும் கொடுத்து, ஒரு குறைவுமில்லாமல் வளர்த்தவர். அவருக்கு நான் மிகவும் கடமைப்பட்டிருக்கிறேன். நீங்கள் அவரைச் சந்தித்துத் தான் ஆக வேண்டும்.'

'அவரிடம் என்னைப் பற்றிப் பேசியிருக்கிறாயா?'

'ஓ. நிறைய. அவரே உங்களைப் பார்க்க வேண்டும் என்று சொல்லியிருக்கிறார். நம் இருவரையும் பற்றி அவருக்கு நிறையத் தெரியும்.'

'எல்லாம் தெரியுமா?'

'எல்லாம் என்றால்?'

'நான் உன்னைக் கல்யாணம் செய்துகொள்ள விரும்புவது பற்றி?'

'அதை இன்னும் சொல்லவில்லை. நீங்கள்தான் வந்து கேட்க வேண்டும்.'

'எனக்கு என்னவோ பயமாக இருக்கிறது. எனக்கும் அவருக்கும் பேச பொது விஷயங்கள் கிடையாது. சும்மா ஒருவரை ஒருவர் பார்த்துக்கொண்டு உட்கார்ந்திருக்கப் போகிறோம்.'

'நான் கவனித்துக் கொள்கிறேன். வந்து கொஞ்சம் சாதுர்யமாகப் பேசிக் கொண்டிருங்கள். நகத்தைப் பார்த்துக்கொண்டு வானிலை பற்றியும், ரஷ்யாவில் ஐந்து வருஷத் திட்டம் பற்றியும் பேசாதீர்கள்' என்றாள் ஸவிதா.

'சரி. வெள்ளிக்கிழமை வருகிறேன்.'

தட்டுங்கள் அதட்டப்படும்

வெள்ளிக்கிழமை அவள் வீட்டு வாசலில் பொத்தானை அழுத்தும் போது, ராமச்சந்திரன் உலகமே தன் இன்ப வாழ்க்கைக்காக அமைக்கப்பட்டதாக நினைத்தாலும், ஸவிதாவின் மாமாவைச் சந்திப்பதில் சற்றுப் பயமாகத்தான் இருந்தது. அவர் சம்மதமில் லாமல் ஸவிதாவை மணந்து கொள்வது முடியாத காரியம். அவரைத் தன் நடத்தையால் கவர வேண்டும். கதவு திறந்தது. ஸவிதா நீலப்புடைவையில் உயரமாக நின்றாள். அவளது கண்களில் மெலிவான சோகம், 'யெஸ்?' என்றாள்.

'ஹலோ ஸவிதா, நேரமாகிவிட்டதா என்ன?'

'உங்களுக்கு யார் வேண்டும்?'

ராமச்சந்திரன் சிரித்தான். 'இது என்ன ஸவிதா? என்னைத் தெரியவில்லையா?'

'மிஸ்டர்! நீங்கள் யார்?'

'என்னடா இது? ஏதாவது ஜோக் செய்கிறாயா? என்னைத் தெரியவில்லையா? ஏ.வி. ராமச்சந்திரன்.'

அவள் அவனைப் பார்த்த பார்வையில் இருந்த வினோதம் அவனுக்கு அர்த்தமாகவில்லை.

'மன்னிக்க வேண்டும். நீங்கள் வீடு தவறி வந்திருக்கிறீர்கள். உங்களை எனக்குத் தெரியாது.'

'என்ன! விளையாடுகிறாயா ஸவிதா? முந்தா நாள் உன் மாமாவைப் பார்க்க என்னை இங்கு வரச் சொன்னாய். ஞாபகம் இல்லை.'

'இல்லை. இதில் ஏதோ தவறு நேர்ந்திருக்கிறது. உங்களை எனக்குத் தெரியவே தெரியாது!'

'சீ! என்ன விளையாட்டு இது ஸவிதா' என்று அவள் கையைப் பிடித்தான்.

அதிர்ச்சியில் கையை உதறிக்கொண்டு 'இடியட்! என்ன விளையாட்டு? மாமா! மாமா' என்று பயமும் தைரியமும் கலந்த குரலில் கூப்பிட்டாள்.

மாடிப்படியிலிருந்து தடதடவென்று இறங்கி வந்தார் நடேசன். (பட்டை பிரேம் கண்ணாடி. மிக உயரமான உடல். தீவிரமான முகம்).

'என்ன ஸவிதா?'

'மாமா இந்த ஆள் என் பெயர் சொல்லிக் கூப்பிட்டு என்னவோ பேசுகிறான். இவனை எனக்குத் தெரியாது. என்னைத் தெரிந்த வன்போல் காட்டிக் கொள்கிறான்!'

'யாரடா நீ?' மரியாதையில்லாத இந்தக் கேள்வி அவனை நிலைக்க வைத்துவிட்டது. இதெல்லாம் நாடகமா, நிஜமா என்று தெரியவில்லை. ஸவிதா, அவனைப் பயத்துடன் பார்த்துக் கொண்டிருந்தாள். அந்தப் பார்வையில் பொய் இல்லை. ஜாலமில்லை. முன்பின் தெரியாதவனை வெறுப்புடன் பார்க்கும் உண்மையான பார்வை.

'நான் ஸவிதாவின் நண்பன். எனக்கு ஸவிதாவை நன்றாகத் தெரியும். அவளுக்கும் என்னை நன்றாகத் தெரியும். உங்களைப் பார்க்க, இவள்தான் என்னை இங்கு அழைத்திருந்தாள்... நீங்கள்தானே நடேசன்?'

'இல்லை மாமா, இவனை எனக்குத் தெரியவே தெரியாது. இதற்கு முன் நான் இவனைப் பார்த்ததே இல்லை.'

நடேசன் கைச் சட்டையை மடக்கிக்கொண்டு 'ஏய் இந்த மாதிரி எத்தனை பேர் கிளம்பியிருக்கிறீர்கள்!' என்றார்.

ராமச்சந்திரன், 'மிஸ்டர் நடேசன், நான் சொல்வது உண்மை. இவளை எனக்கு நன்றாகத் தெரியும். இருவரும் மணிக்கணக் காக...' என்றான்.

'பொய் மாமா, பொய்!' என்று உரக்கக் கத்தினாள் ஸவிதா. கண்களில் மெலிதாக ஈரம் தெரிந்தது.

ஸவிதா அவனை நேராக வெறித்துப் பார்த்து, 'உன்னை எனக்குத் தெரியாது' என்றாள்.

'ஸவிதா நீ உள்ளே போ' என்றவர்; 'ஏய் நீ இப்பப் போகிறாயா, இல்லை உதைக்கட்டுமா?' என்றார் ராமச்சந்திரனை நோக்கி.

'மரியாதையாகப் பேசுங்கள் சார்! ஸவிதாதான் என்னைக் கூப்பிட்டாள் இங்கே. வேண்டுமென்றே இப்போது பொய் சொல்கிறாள்.'

வலுவான கரங்களை அவன் மார்பில் வைத்து உந்தித் தள்ளினார் நடேசன். படிகளில் தடுமாறி சமாளித்துக்கொண்டு நின்றான் ராமச்சந்திரன். நடேசன் தொடர்ந்து தள்ளினார்.

'ஸவிதா, ஏன் இப்படிப் பொய் சொல்கிறாய்? ஏன் இப்படி அவமானப்படுத்துகிறாய்?'

ஸவிதா உள்ளே போய்விட்டாள். தள்ளப்பட்டுத் தெருவில் பிரமிப்புடன் அவன் நின்றான். பத்துப் பதினைந்து பேர் கூடி ஆர்வத்துடன் இந்த வினோத நிகழ்ச்சியைப் பார்த்துக் கொண்டிருந் தார்கள். அவர்களில் ஒருவர் சற்றுப் பலமாக 'பெண்பிள்ளை விஷயம் போலிருக்கிறது' என்றார். ராமச்சந்திரன் கவனிக்காமல் நடந்தான். எல்லாம் வேடிக்கையாகச் செய்தோம். திரும்பி வா!

என்று கூப்பிடுவார்கள் என்றுகூட எதிர்பார்த்தான். கூப்பிட வில்லை.

நடேசன் சிரித்தார்

ஸவிதாவின் இந்த நடத்தையைப் புரிந்துகொள்ள இதற்கு முதல் நாள் நடந்த நிகழ்ச்சிக்குப் போகிறோம்.

நடேசனின் அறை; சன்னமான வெளிச்சம். எதிரே வெண் சுவரில் மேஜை விளக்கில் வட்ட ஒளி. திரைச் சீலைகளின் சலசலக்கும் விநோதமான நிழல்களும் நடேசனின் கீழ் ஸ்தாயியில் நிறைந்த கம்பீரமான குரலும் ரேடியோவிலிருந்து தப்பித்து வரும் மெதுவான சங்கீதமும் அந்தச் சூழ்நிலைக்கு ஒரு தீவிரத்தை அளித்தன.

ஸவிதா எதிரே உட்கார்ந்துகொண்டு ராமச்சந்திரனைப் பற்றி மிக ஆர்வத்துடன் நடேசனிடம் சொல்லிக் கொண்டிருந்தாள். 'ரொம்ப நல்லவர் மாமா. நிறையப் படித்தவர். நிதானமான ஆசாமி...'

நடேசன் குறுக்கிட்டு, 'ஸவிதா நீ இந்தப் பையனை மணக்க விரும்புகிறாய், அப்படித்தானே?'

ஸவிதா தயங்கிக்கொண்டே, 'அப்படித்தான்' என்றாள்.

நடேசன் சிரித்தார். 'போக்கிரிப் பெண்ணே, என் மூக்கடியிலேயே ஒரு பெரிய காதல் நாடகம் நடத்தியிருக்கிறாய். உன்னை நாவல்களில் வருவதுபோல் கடிந்து கொள்ளட்டுமா? குலத்தைக் கெடுக்க வந்த கோடரிக் காம்பே! எட்ஸெட்ரா... எட்ஸெட்ரா...'

ஸவிதா லயித்துச் சிரித்தாள். 'மாமா! யூ ஆர் வொண்டர்ஃபுல்.'

நடேசன் சிரிப்பை நிறுத்தி, 'அதிருக்கட்டும். நீ அவனை முதலில் சந்தித்தது ஞாபகம் இருக்கிறதா?' என்றார்.

'ஓ!'

'அதை நன்றாக ஞாபகப்படுத்திப் பார், அப்புறம் ஒவ்வொரு தடவையும் அந்தப் பையனைச் சந்தித்ததை ஞாபகப்படுத்திப் பார்.'

'எதற்கு மாமா?'

'எனக்கு அதைப் பற்றியெல்லாம் சொல்ல வேண்டும் ஸவிதா. இந்தச் சுவரில் உட்கார்ந்திருக்கும் பூச்சியைப் பார். இன்னும் கொஞ்ச நேரத்தில் அது பறந்து போய் விடும். இதைப் போல்தான் மனத்தின் நினைவுகளும்.'

'புரியவில்லை மாமா!'

'ஸவிதா, உனக்கு ஞாபகமிருக்கிறதா? சில நாட்களுக்கு முன் உன்னை நான் ஹிப்னாடிஸத் தூக்கத்தில் ஆழ்த்தினேன். நினை விருக்கிறதா!'

'ஓ! என்னவோ பேசிக்கொண்டிருந்தேன். அப்படியே தூங்கி விட்டேன் ஒருவித மயக்கமாக, என்ன நடந்தது என்றே தெரிய வில்லை. ஆழ்ந்த தூக்கம்.'

'தூக்கம் என்கிறது என்ன ஸவிதா?'

'ம்... ஒரு வித அயர்ந்த நிலை...'

'அப்படியில்லை. தூக்கம் கடவுள் மனிதனுக்குத் தந்த பெரும் பரிசு. தூக்கத்தில் நம் உடல் அடையும் தளர்வும், மென்மையும், இன்பமும் வேறு எந்த நிலையிலும் கிடையாது. உன் இமைகள் கனக்கும். அங்கங்கள் நெகிழும். தூக்கம் உன்மேல் ஒரு மெல்லிய வானவில் போர்வைபோலப் படரும். அதன் மென்கரங்களில் நீ விழுவாய். மெதுவாக, மெதுவாக, மெதுவாக, உன் கண் இமைகள் கனக்கும். அங்கங்கள் கனக்கும். தூக்கமெனும் 'வெல்வெட்' இருட்டில் நீ கரையப் போகிறாய்...'

இதைப் படித்ததும் உங்களுக்குக் கொட்டாவி வருகிறதா? நடேசனின் குறிக்கோள் அதுதான். ஸவிதாவை ஹிப்னாடிஸத் தூக்கத்தில் ஆழ்த்த இம்மாதிரி அவள் காதுகள் அருகில் 'உன் கண்ணிமைகள் கனக்கின்றன' என்று திரும்பத் திரும்பச் சொன்னார்.'

ஸவிதா அப்படியே உட்கார்ந்த நிலையில் ஹிப்னாடிஸத் தூக்கத்தில் கண்கள் மூடி ஒரே திக்கில் பிரமிப்பாக உட்கார்ந்திருந்தாள்.

'ஸவிதா!' மெதுவான குரலில் கூப்பிட்டார். ஸவிதா பெருமூச்சு விட்டாள்.

மேஜை விளக்கைக் கைக்குட்டையால் மூடி வெளிச்சத்தைத் தாழ்த்தினார். 'ஸவிதா, நான் சொல்வதைக் கவனமாகக் கேள். உன் மனத்தில் நிறைய நினைவுகள் இருக்கின்றன. ஏ.வி.ராமச் சந்திரனைப் பற்றிய நினைவுகள். பி.எச்.டி.க்குப் படிக்கிறான். உன்னை முதலில் சந்தித்தான். பின்பு நிறையத் தடவை இருவரும் சந்தித்தீர்கள். சினிமாவுக்குப் போனீர்கள். உன் மனத்தில் அந்த நினைவுகள் பதிந்திருக்கின்றன. அவைகள் எல்லாவற்றையும் நீ மறந்துவிட வேண்டும். ஒன்றுவிடாமல் இந்த நிமிடத்திலிருந்து அவனைப் பற்றிய நினைவுகள் உன் மனத்திலிருந்து விடுதலை ஆகிவிட்டன. அவனை நீ மறந்து விட்டாய்; ஒரு நிகழ்ச்சி விடாமல் அடியோடு மறந்துவிட்டாய். அவனை நீ பார்த்த துண்டா? இல்லை என்று சொல்...'

'இல்லை' என்றாள் ஒரு பொம்மை கனவில் பேசுவது போல்.

'அவனுடன் பேசியதுண்டா? இல்லை என்று சொல்.'

'இல்லை.'

'அவனை நீ வெள்ளிக்கிழமை வரச் சொன்னது?'

'இல்லை' என்றாள் தானாகவே.

'அவன் உருவம் உன் நினைவிலிருந்து அழிந்து விட்டது. அவனுடன் பேசின பேச்சுகள், சிரித்த சிரிப்புகள், சென்ற இடங்கள், எழுதின கடிதங்கள், நினைத்த நினைவுகள் எல்லாம் மறந்து துறந்து தூரே தூரே போகின்றன. அவனை உனக்குத் தெரியவே தெரியாது. இனி அவன் உனக்கு அன்னியன். நான் சொல்வதைச் சொல், ஸவிதா.

'ஸவிதா!'

'ராமச்சந்திரனைப் பற்றிய நினைவுகள் எல்லாவற்றையும்...'

'ராமச்சந்திரனைப் பற்றிய நினைவுகள் எல்லாவற்றையும்...'

'மறந்து விட்டாள்.'

'மறந்து விட்டாள்.'

'ஸவிதா! என்மேல் அன்பாக இரு. நான்தான், நான் நடேசன். நான்தான் உனக்கு எல்லாம். உன்னை ஆளாக்கியவன், உன்னைப்

படிக்க வைத்தவன்... உன் உறவினன். உனக்காகக் காத்திருப்பவன். உன் கணவனாகப் போகிறவன்... நான்தான். என்னையன்றி உனக்கு ஒருவரும் இல்லை. சரி என்று சொல்.'

'சரி.'

'இனி அந்தக் கட்டிலில் போய்ப் படுத்துக்கொள்... ஹிப்னாடிஸத் தூக்கத்திலிருந்து விடுபட்டு இயற்கையாகத் தூங்கு. காலையில் எழுந்ததும் நீ ராமச்சந்திரனைப் பற்றிய நினைவுகளுடன், அந்த நினைவுகள் நீங்குவதற்குக் காரணமான இந்த ஹிப்னாடிஸச் செய்கையையும் மறந்து விடுவாய். போ. போய்த் தூங்கு...'

ஸவிதா கொடிபோல் போய்ப் படுக்கையில் விழுந்தாள்.

ஓடினான் நூல் நிலையம்

இதை நம்புவது உங்களுக்குக் கஷ்டமாக இருக்கலாம். நேரமிருந்தால் பல்கலைக்கழக நூல் நிலையத்திற்குச் சென்று கலைக்களஞ்சியத்திலாவது என்ஸைக்ளோபீடியா, பிரிட்டானிகாவிலாவது ஹிப்னாடிஸத்தைப் பற்றிய கட்டுரையில் 'போஸ்ட் ஹிப்னாடிக் ஸஜெஷன்' என்பதைப் பற்றிப் படித்துப் பாருங்கள்.

அதைத்தான் ராமச்சந்திரன் சில தினங்களுக்குப் பின் செய்து கொண்டிருந்தான். முகத்தில் இரண்டு நாள் தாடி. கண்களில் கலவரம். அன்றைய நிகழ்ச்சிக்குப் பிறகு இரண்டு தடவை ஸவிதாவைச் சந்தித்தான். ஊரை விட்டே போய்விடுவது என்று கைப்பெட்டியுடன்கூட ஒரு தடவை சந்தித்தான். ஸவிதா அப்போதும் அவனை வெறுப்புடன்தான் பார்த்தாள்.

'மிஸ்டர், உங்களைத் தெரியாது, தெரியாது... மறுபடி தொந்தரவு செய்தால், போலீசுக்குப் புகார் செய்வேன்' என்றாள்.

ராமச்சந்திரன் யோசித்ததில் திடீரென்று ஒரு சந்தேகம் உண்டாயிற்று.

ஒவ்வொரு தடவையும் ஸவிதாவின் பார்வையில் உண்மையான குழப்பம் தெரிந்தது. அவள் நடிக்கவில்லை.

அவள் மனம் எப்படியோ மாறியிருக்க வேண்டும். அவளால் அவனை அடையாளம் கண்டுகொள்ள முடியவில்லை. தன்

நினைவுகளுடன் தடுமாறுகிறாள். நினைவுகள்... மனம்... மனத்தத்துவம்... ஹிப்னாடிஸம்...

ஆ! அவள் மாமா ஹிப்னாடிஸம் பயிலும் ஆசாமி. அவர் ஏதாவது செய்திருப்பாரோ? உடனே நூல் நிலையத்துக்குள் ஓடி ஹிப்னாடி ஸத்தைப் பற்றி முழுவதும் படித்தான். படித்ததும் அவனுக்கு அதிர்ச்சியாக இருந்தது. ஹிப்னாடிஸத்தைப் படித்து அயர்ந்தான்.

டாக்டர் பெர்ணான்டெஸ் என்பவரை அடுத்த ஞாயிற்றுக்கிழமை பார்த்தான். டாக்டர் பெர்ணான்டெஸ் ஜெனரல் ஆஸ்பத்திரியில் மனோவைத்தியப் பகுதியில் வேலை செய்பவர். மிகவும் பெரிய புள்ளி. அவரிடம் சொன்னான். 'டாக்டர், திடீரென்று ஒரு ஆள் மற்றொருவரை மறந்துவிடுவது சாத்தியமா?'

'முடியாது' என்றார்.

'ஹிப்னாடிஸம் மூலம்?'

'நீங்கள் என்ன சொல்கிறீர்கள்?'

'டாக்டர், நான் ஒரு பெண்ணிடம் மிகுந்த சினேகமாக இருந் தேன். அவளை மணக்க விரும்பினேன். அவளைச் சந்திக்கச் சென்றேன். அவள் என்னைப் பார்த்து, நீ யார்? உன்னை எனக்குத் தெரியாது. உன்னை இதற்கு முன் பார்த்ததே இல்லை என்றாள்...'

'அந்தப் பெண் உன்னை விரும்பவில்லை போலிருக்கிறது.'

'அப்படி இல்லை டாக்டர். அவள் என்னைப் பார்க்கிற பார்வை யில் அவள் என்னைத் தெரிந்து கொள்ளவே இல்லை என்பது நிச்சயம் தெரிகிறது. தன் நினைவுகளுடன் தடுமாறுகிறாள். அவள் மாமா ஹிப்னாடிஸம் தெரிந்தவர் என்று சொல்லியிருக் கிறாள். நான் ஹிப்னாடிஸத்தைப் பற்றி நிறையப் படித்தேன். ஹிப்னாடிஸத் தூக்கத்தில் ஒருவரை ஆழ்த்திவிட்டு அவர் மனசை என்ன வேண்டுமானாலும் செய்துவிட முடியும் என்று படித்தேன். இது சாத்தியமா?'

'ஐ... ஸீ! இது சாத்தியம்!'

'மனத்தின் நினைவுகளை அழித்துவிட முடியுமா?'

'அது அந்தப் பெண்ணை இதற்கு முன் எத்தனை தடவை ஹிப்னாடிஸத் தூக்கத்தில் ஆழ்த்தியிருக்கிறார் என்பதைப்

பொறுத்தது. சுலபத்தில் தூக்கத்தில் ஆழக்கூடிய பெண்ணாக இருக்க வேண்டும். 'ஹிப்னாடிக் ஸிடிஸன்' என்று படித்திருப்பீர்கள்... இந்த ரீதியில் ப்ராய்டின் மனத் தத்துவ உதாரணத்தில்...

'டாக்டர்! அந்தப் பெண்ணே திடீரென்று என்னை, மறந்தது போல நானும் அவளை மறந்துவிட முடியுமா?'

டாக்டர் சிரித்தார்.

'இல்லை டாக்டர், அவள் என்னை இம்மாதிரி நிராகரித்ததும் எனக்குப் படிப்பு ஓடவில்லை. வாழ்க்கையின் தீவிரம் போய் விட்டது. அவள் நினைவு என்னை நிழல்போல் தொடர்கிறது. என்ன செய்வது என்று தெரியாமல் தடுமாறுகிறேன்... டாக்டர், உங்களுக்கு ஹிப்னாடிஸம் தெரியும். என்னையும் அந்தத் தூக்கத்தில் ஆழ்த்துங்கள். டாக்டர், தயவுசெய்து என்னை அவள் நினைவுகள் என்னும் நரகத்திலிருந்து விடுவித்து விடுங்கள் டாக்டர்... ப்ளீஸ்...'

'மிஸ்டர் ராமச்சந்திரன், அது அவ்வளவு சுலபமான காரிய மில்லை.'

'டாக்டர்! அவளை மறக்கவேண்டியது என் வாழ்வில் மிக முக்கியம்' என்று கண்ணைத் துடைத்துக்கொண்டே கேட்டான்.

'டாக்டர் அவன் முதுகில் தட்டிக் கொடுத்து, 'கவலைப்படாதே, நான் உனக்கு உதவுகிறேன்... இரவு சரியாகத் தூங்குகிறாயோ?'

'தூங்குவதில்லை.'

'சரி. ஒரு மாத்திரை கொடுக்கிறேன். நாளை மாலை என்னை இந்த சமயத்தில் வந்து பார். சிவப்பு மசி நிரப்பி ஒரு பேனா கொண்டு வா...' என்றார்.

பிப்ரவரி மாதம் 27ஆம் தேதி மாநிலக் கல்லூரியில் பௌதிக ஆராய்ச்சிப் பகுதியில் தீவிரமாக வேலை செய்து கொண்டிருக்கும் ராமச்சந்திரனை, ஸவிதாவுக்கும், ஒரு டெலிபோன் டைரக்டரிக்கும் வித்தியாசம் கேட்டிருந்தால் அவனுக்குத் தெரிந்திருக்காது. அவ்வளவு முழுமையாக ஒரு நாவலின் அச்சடிக்கப்படாத அத்தியாயம்போல் அவள் நினைவுகள் அவன் மனத்திலிருந்து மறைந்து விட்டன. சுதந்திரமாக உணர்ந்தான்.

முடியாத கதை

மன்னிக்கவும். கதை இந்த இடத்தில் முடியவில்லை. சில மாதங்கள் கழித்து மௌண்ட்ரோட்டில் ஜீக்பாக்ஸ் அலறும் ஒரு ஓட்டல். ஒருவனும் ஒருத்தியும் எதிர் எதிரே உட்கார்ந்து சிரித்துப் பேசிக் கொண்டிருக்கிறார்கள்...

அவன் அவளிடம், 'உங்களைப் போனவாரம் நான் சந்தித்ததி லிருந்து உங்களிடம் நான் பேசிய ஒவ்வொரு பேச்சும் எனக்கு என்னவோ வேறு எங்கேயோ, வேறு எந்தச் சந்தர்ப்பத்திலோ பேசின மாதிரி ஞாபகம் வருகிறது' என்கிறான்.

'எனக்குக்கூட அப்படித்தான்' என்கிறாள் அவள். அவன் வெய்ட்டரைக் கூப்பிட்டு ஜீக்பாக்ஸை நிறுத்த எவ்வளவு போட வேண்டும் என்று கேட்கிறான். ஸவிதா சிரிக்கிறாள்... ஜீக்பாக்ஸ் ஓய்கிறது.

'சீக்கிரம் பேசு ஸவிதா. மற்றொரு ஆள் நாலணா போடுவதற்குள்.'

அவன் பெயர் ராமச்சந்திரன், அவள் பெயர் ஸவிதா.

('குமுதம்', 5.9.1963)

குமாரசுவாமி

ஒரு சோஷலிஸ்ட்

டாக்ஸி ஓட்டிக்கொண்டிருந்த குமாரசுவாமி தற்போது திரு. ஆதிமூலத்தின் நம்பிக்கைக்குப் பாத்திரமான காரியதரிசி ஆனதை சில வரிகளில் சொல்லிவிடலாம். அவன் டாக்ஸியில் ஒரு தடவை பிரயாணம் செய்தபோது ஆதிமூலம் தன் பர்ஸை மறந்து விட்டுச் சென்றுவிட்டார். அதை அவர் வீடு தேடி திரும்பி வந்து கொடுத்துவிட்டுப் பணிவுடன், 'எல்லாம் சரியாக இருக்கிறதா எண்ணிப் பாருங்கள் சார்' என்று சொன்னான். ஆதிமூலம் ஆச்சரியப்பட்டு, 'இவ்வளவு நம்பிக்கையான ஆசாமியாக இருக் கிறாயே. ஏன் அன்றாடம் காய்ச்சியாக டாக்ஸி ஓட்டுகிறாய்? என்னிடம் வந்து எனக்கு டிரைவர் வேலை பார். மாதம் 100 ரூபாய் தருகிறேன்' என்றார். ஒப்புக் கொண்டான்.

டிரைவராக ஆரம்பித்தான். வீட்டுச் சாமான்கள் வாங்குவதையும் கவனித்துக் கொண்டான். பின்பு ஆதிமூலத்தின் சில்லரைக் கணக்கு களையும் கவனிக்க ஆரம்பித்தான். ஒரு பைசா தொடாமல் நெருப் பாக இருந்தான். ஆதிமூலத்துக்கு அவன் பேரில் நம்பிக்கை ஏற் பட்டது. கொஞ்சம் கொஞ்சமாக நம்பிக்கை வலுத்தது.

ஆதிமூலத்தின் தொழில் கொஞ்சம் நிழலானது. வாங்கல், விற்றல், எதையும் வாங்குவார். வாங்கின சூட்டில் விற்று விடுவார். இந்தச் சாமர்த்தியம் சங்க காலத்திலிருந்து பரம்பரையாக அவர் குடும்பத் தில் வந்தது. ரத்தத்தில் ஊறின சாமர்த்தியம் வாய்ச்சவடால்.

அவர் முக்கியமாக வாங்கி விற்பவை இவை: டிரான்ஸிஸ்டர் கள், கார், ரெப்ரெஜிரேட்டர் முதலியவை. கௌரவமான பித்த

லாட்டம். வருமான வரி ஆட்களைச் சமாளிக்க, சாமர்த்தியமான கணக்கு. மொத்த வியாபாரமும் டெலிபோன் பேச்சில். தயாராகத் தண்ணீராக ஓடும் பணம். எதையும் கேள்வி கேட்காமல் வாங்குவார். ஒரு தடவை ஒடிந்துபோன ஒரு சர்க்கஸ் கம்பெனிக்காரர்கள், இவரிடம் இரண்டு யானைகளை விற்கப் பார்த்தார்கள். ஆதிமூலம் திருவல்லிக்கேணி கோயிலில் விசாரித்து அவர்களுக்கு யானை தேவையில்லை என்று கண்டுகொண்டு அந்த மிருகங்களை வாங்க மறுத்து விட்டார். இந்த ஒரு தடவைதான் மறுத்திருப்பார். சாதாரணமாக வர்ஜ்யா வார்ஜ்யம் இல்லாமல் வாங்குவார். சமீபத்தில் டாக்டர் நரசிம்மாச்சாரி என்பவர் தன்னுடைய எம்.எஸ்.எஃப்.ஆர்.ஸி.எஸ். (லண்டன்) எஃப். ஆர்.ஸி.எஸ். (எடின்பரோ) டிகிரிகளுடன் காலமானார். பெரிய நரம்பு வைத்திய நிபுணர். அவர் வைத்திருந்த 'எலக்ட்ரோ என்சிபாலோகிராம்' (மன்னிக்கவும்) என்கிற கருவியை ஆதிமூலம்தான் வாங்கினார். எலக்ட்ரோ என்சிபாலோகிராமுக்கும் ஒரு குடைக்கும் வித்யாசம் தெரியாது. இருந்தும் வாங்கின உடன் அதைத் தூசி கூடத் தட்டாமல் வடக்கே ஒரு ஆஸ்பத்திரிக்கு விற்று விட்டார். ரூ.8,000 லாபம். அவர் வியாபார வெற்றிக்குக் காரணம் (1) உடனே பணம். (2) அநாவசியக் கேள்விகள் கேட்பது கிடையாது (3) எழுத்து விவகாரம் கிடையாது!

குமாரசுவாமி, (அவர் டிரைவர், காரியதரிசி இத்யாதி) ஒரு சோஷலிஸ்ட். செய்தித்தாள்களின் பாஷையில் ஒரு ஆதார இடதுசாரி சோஷலிஸ்டு. அவன் மனத்தில் தன் நிலைமைக்கும் அவருக்கும் உள்ள வித்தியாசம் வெறுப்பைத்தான் ஏற்படுத்தியது. தான் தினமும் பத்து மணி நேரம் உழைத்து மாதம் நூறு ரூபாய் கிடைக்கிறது. ஆதிமூலம் பேச்சுவாக்கில் பத்தாயிரம், இருபதாயிரம் என்று புரட்டுகிறார். இந்த நிலை ஏன்? என்கிற கேள்விக்குப் பதிலாக அவனுக்கு இரண்டு வழிகள்தான் புலப்பட்டன. எங்கள் இருவருக்கும் உள்ள நிலை வித்தியாசம் மறைய வேண்டுமானால், ஒன்று ஆதிமூலத்தின் மகளை நான் கல்யாணம் செய்துகொள்ள வேண்டும், அல்லது அவர் பணத்தில் பெரும்பகுதியை சமயம் பார்த்து அபேஸ் செய்ய வேண்டும். (இதனால் சோஷலிஸ்டுகள் எல்லாருமே திருடர்கள் என்று நான் சொல்லவில்லை. குமாரசுவாமி அப்படி, அவ்வளவுதான்)

முதல் முயற்சியில் தீவிரமாக இறங்கினான். ஆதிமூலத்தின் பெண் பெயர் பார்வதி. அழகான அசடான பெண். வயது 18

ப்ளஸ். சட்டை சுற்றளவு 36. 'ஐக்யூ' 36. அவளை தினமும் காலேஜிற்கு காரில் கொண்டுவிட்டு வருவது வழக்கம்.

ஒரு அக்டோபர் மாதத்தின் இளம் காலையில் குமாரசுவாமி தன் சோஷலிஸக் காதல் முயற்சியை ஆரம்பித்தான். காரின் கண்ணாடி வழியாகப் பார்வதியைப் பார்த்துச் சிரித்தான். பார்வதி பதிலுக்குச் சிரித்தாள். குமாரசுவாமிக்கு உற்சாகம் பிறந்து விட்டது.

மறுநாள் ரூ.1.25 கொடுத்துத் தலை வெட்டிக்கொண்டு (மிஷின் போடாமல்) டினோபால் போட்டு வெள்ளை சட்டை அணிந்து கொண்டு அவளை காரில் பார்த்துச் சிரித்தான். அவள் பதிலுக்குச் சிரித்தாள். ஆஹா! அந்தஸ்து, பணம் எல்லாவற்றையும் தவிடு பொடியாக்கும் ஒரே மந்திரம் காதல் என்று எண்ணி, மறுதினம் அவளுடன் பேச்சுக் கொடுக்க எண்ணி உற்சாகத்துடன்...

'சித்தூர் ராணி பத்மினி' என்கிற திரைப்படம்போல் அவன் உற்சாகம் வந்த வேகத்தில் போய்விட்டது. ஏன்? அந்தப் பெண் பார்வதி தோட்டக்கார ஏழுமலை (வயது 57)யைப் பார்த்துக்கூட அப்படித்தான் சிரித்தாள். அப்புறம் அவர்கள் வீட்டுக் கன்றுக் குட்டி லஷ்மி (வயது 1.5)யைப் பார்த்துக்கூட அப்படித்தான் சிரித்தாள். சுலபத்தில் முத்துப்போன்ற பல்லைக்காட்டும் அந்தப் பெண், அன்று மாலையில் கடற்கரையில் சக வயது வாலிபன் ஒருவனுடன் உல்லாசமாக நடந்துகொண்டு சென்றதைப் பார்த்ததும் அவன் காதல் முயற்சி ஊதி அணைக்கப்பட்டு விட்டது. இது நமக்கு உதவாது என்று கைவிட்டு, இரண்டாவது முயற்சியில் தீவிரமாக மனத்தைச் செலுத்தினான். அது என்ன? பெரிய திருட்டு.

என்னதான் ஆதிமூலத்துக்கு அவன் பேரில் நம்பிக்கை இருந் தாலும், அவர் அவனிடம் இதுவரை இருநூறு முந்நூறுக்கு மேல் பணம் ஒப்படைத்ததில்லை. ஆனால் நம்பிக்கை நாளாக நாளாக ஏறிக்கொண்டு வந்தது. குமாரசுவாமி நிறையத் தொகை பிடி படும் நாளுக்காகக் காத்துக் கொண்டிருந்தான். ஒரு தடவை அவனிடம் அவர் ஆயிரம் ரூபாயைக் கொடுத்து பாங்கில் கட்டச் சொன்னார். அப்பொழுது ஆசை தட்டியது. கடைசி நிமிஷத்தில் மனம் மாறியது. இந்த ஆயிரத்தைக் கட்டிவிட்டால் இன்னும் நம்பிக்கை அதிகமாகும். நிஜமாகப் பெரிய தொகை புரளும்

நிஜத்தைத் தேடி / 53

போது பார்த்துக் கொள்ளலாம் என்று காத்திருந்தான். காத்திருந் தான். காத்திருந்தான். காலண்டர் தாள்கள் கிழிந்தன. அந்த சந்தர்ப்பம் வரவில்லை. அவன் பொறுமையை ஆதிமூலம் நிறைய சோதித்தார். அந்த ஆயிரத்துடனேயே ஓடியிருக்கலாம் என்று வருத்தப்பட்டுக் கொண்டான்.

ஆனால், அந்தச் சந்தர்ப்பம் வராமல் இல்லை. காத்திருந்த தினம் ஒரு வியாழக்கிழமை வந்தது. நேரம் காலை பத்து மணி. டெலிபோனை வைத்துவிட்டு ஆதிமூலம் அவனைக் கூப்பிட்டார்.

'சர்க்கரை செட்டியார் வீடு தெரியுமா?' என்றார்.

'தெரியும் சார்.'

'அவரிடம் இந்தக் கவரைக் கொடுத்துவிட்டு...' நீளமான தடிமனான கவர் மேஜையின் மேல் இருந்தது. 'அவரிடம் ஒரு அம்பாசிடர் கார் இருக்கும், அதை ஓட்டிக்கொண்டு வந்துவிடு.'

'கடைசியிலே காரை விற்கச் சம்மதித்து விட்டாரா, சார்!'

'ஆமாம்; பதினாயிரத்து சொச்சத்துக்கு தீர்ந்து போச்சு... 900 மைல்தான் ஓடியிருக்கிறதாம். வரும்போது நம்ம சம்பந்தம் 'கராஜில்' கொண்டு காட்டி இன்ஜினைப் பார்த்து எத்தனை மைல் ஓடியிருக்கும் என்று பார்த்துக்கச் சொல்லு. என்ன?... இந்தா, பணம் ஜாக்கிரதை...'

குமாரசுவாமிக்கு அந்த உறையை வாங்கும்போது முதுகுப் பக்கம் ஒரு ஐஸ் நதி ஓடியது. இதுதான்... இந்தச் சமயம்தான், இந்தச் சமயம்தான்... என்று எண்ணிக் கொண்டான்.

'சரிங்க; நம்ம காரை எடுத்துக்கொண்டு போகவா?'

'முட்டாள், வரும்போது இரண்டு காரையும் ஓட்டி வருவாயா?'

'ஓ! மறந்துவிட்டேங்க!' என்று சிரித்தான்.

'குமாரசுவாமி, ஜாக்கிரதை, பதற்றமே காண்பிக்காதே... டாக்ஸி யிலே போ, பணம் பத்திரம்.'

'கவலைப்படாதீங்க சார், பத்திரமாகச் சேர்ப்பிக்கிறேன்' என்றான்.

வீட்டுக் காம்பௌண்டை விட்டு வெளியே வந்ததும் அவனுக்கு வியர்வையில் சட்டை உடலுடன் ஒட்டிக் கொண்டது. 10 ஆயிரம்

ரூபாய். இந்தத் தருணத்தை விட்டால் இனி எங்கே கிடைக்கப் போகிறது. இப்போது மணி என்ன? பத்தேகால்! எங்கே போகலாம்? முதலில் சென்னையை விட்டு வெளியே போக வேண்டும். எங்கே?

எங்கே என்று தீர்மானிக்கவில்லை. பையில் உறை கனத்தது. எதிரில் வந்த டாக்ஸியை துரத்தி நிறுத்தி தானே அதன் கொடியை மடக்கிவிட்டு ஏறிக்கொண்டான். நல்ல வேளை. டாக்ஸி டிரைவர் தெரிந்தவனில்லை.

'எழும்பூர் ஸ்டேஷனுக்குப் போப்பா.'

எழும்பூர் ரயில் நிலையத்தில் உயரமான போர்டில் வண்டிகள் புறப்படும் நேரத்தை அவசர அவசரமாக அவன் படித்துக் கொண்டிருந்தபோது, அவன் தோளில் ஒரு கை பட்டது. திரும்பினான். பக்கத்து வீட்டு டிரைவர் கதிரேசன்.

'என்ன குமாரசாமி, பார்த்து ரொம்ப நாளாயிற்று. எங்கே இந்தப் பக்கம்?' இவன் எங்கே வந்தான் பூஜை வேளையில் குருஷ்சாவ் நுழைந்தது போல்!

'அய்யாவுக்குத் தெரிந்தவர் ஒருவர் வருகிறார். வண்டி கொண்டு வந்திருக்கிறேன்' என்றான்.

'இப்ப எந்த வண்டி வருகிறது?'

தயங்காமல் 'திருநெல்வேலி எக்ஸ்பிரஸ் லேட், டெலிபோனில் சொன்னார்கள். பிளாட்பாரம் டிக்கட் வாங்கப் போகிறேன். அப்புறம் பார்க்கலாம், என்ன?' என்று கழண்டுகொண்டு பிளாட்பாரம் டிக்கட் ஒன்றை வாங்கிக்கொண்டு ஒரு வாயிலில் நுழைந்து தள்ளியிருந்த மற்றொரு வாயில் வழியாக ஸ்டேஷனை விட்டு வெளியே வந்தான்.

என்ன சந்தேகத்துக்கிடமாக நடந்து கொண்டேன். சே! கதிரேசன் என்னை எழும்பூரில் பார்த்ததாகச் சொல்லி விடுவானே... டாக்ஸி!

பாய்ந்து டாக்ஸியில் ஏறி, 'சென்ட்ரல்' என்றான். டாக்ஸி விருட் டென்று ஓடித் திரும்பிச் செல்லும்போது, அவனை கதிரேசன் மறுபடி பார்த்துவிட்டான். அவன் தலைக்கு மேல் ஒரு கேள்விக்

நிஜத்தைத் தேடி / 55

குறி தெரிந்தது... இதையெல்லாம் யோசிக்க இனி நேரமில்லை. முதலில் இந்த ஜில்லாவை விட்டு வெளியேற வேண்டும்.

சென்ட்ரல் நிலையத்தில் பரபரப்பில் மேலே தொங்கிக் கொண்டிருந்த ஒலிபெருக்கி விஜயவாடா, நாக்பூர், இடார்ஸி வழியாக புதுதில்லி செல்லும் கிராண்ட்டிரங் எக்ஸ்பிரஸ் இன்னும் சில நிமிஷங்களில் முதல் பிளாட்பாரத்திலிருந்து...

தில்லி! ஆம், அங்குதான் போக வேண்டும். தலைமறைவாக இருக்க தலைநகரம்தான் சரி! உடனே டிக்கட் ஜன்னலுக்கு ஓடினான். சம்பளத்தில் பாதி தனியாக பாண்ட் பைக்குள் இருந்தது. அதில் 45 ரூபாய் கொடுத்து டிக்கட் வாங்கினான். அந்தப் பணம்? அது பத்திரமாக, ரத்தினமாக உறைக்குள் உறங்கிக்கொண்டு சுலபமாக பை கனத்தது. அதைத் தொட்டுக் கொண்டதும் தைரியம் பிறந்து விட்டது. தில்லிக்குப் போகலாம். மீசையை எடுத்து விடலாம். பாஷையை மாற்றிக் கொள்ளலாம். இருபது லட்சம் ஜனங்களுக்குள் சுவடே தெரியாமல் மறைந்து விடலாம், தப்பித்து விடலாம்...

கிளம்பிக் கொண்டிருந்த ரயிலில் தொத்தி ஏறிக் கொண்டான்.

பிட்ரகுண்டாவரைகூட அவன் படபடப்பு அடங்கவில்லை. பையில் எத்தனை ரூபாய்? பதினாயிரத்துச் சொச்சம்...

எத்தனை நோட்டுக்கள் இருக்கும்...? அந்த நோட்டுக்கத்தை களை ஒன்று விடாமல் தடவித் தடவி எண்ணிப் பார்க்க அவன் விரல்கள் துருதுருத்தன. ரயில் வண்டியில் தனிமையான இடம் எது? அங்குச் சென்று கதவைத் தாளிட்டுக் கொண்டான்.

அந்த உறையை எடுத்தான். ஓரத்தில் கிழித்தான். திறந்தான். உள்ளே சீல் வைக்கப்பட்ட மற்றொரு உறை இருந்தது. கை நடுங்கியது. ரெயில் வண்டியின் சப்தத்துக்கும் மேலாக திடும் திடும் என்று ஒரு சப்தம்கேட்டது. உன்னிப்பாகக் கேட்டதில் அவன் இதயம்! நனைந்த விரல்களால் அந்த உறையைக் கிழித்தான், திறந்தான்.

உள்ளே கத்தை கத்தையாக நூறு நூறாக நோட்டுக்கள் இருக்கும் என்றுதான் எதிர்பார்த்தான். இல்லை, அழகாக அளவாக வெட்டப்பட்ட வெறும் வெள்ளைக் காகிதங்கள்தான் இருந்தன. அவற்றின் மேலாக இருந்த காகிதத்தில் எழுதியிருந்தது.

'குமாரசுவாமி, உன்மேல் நம்பிக்கை வைக்கலாமா என்று பரிசோதனை செய்யவே இப்படிச் செய்திருக்கிறேன். நீ நம்பிக்கையுள்ள ஆளாக இருந்தால், அந்தக் கவரைக் கிழிக்காமல் சர்க்கரை செட்டியாரிடம் சேர்த்திருப்பாய், அப்படிச் செய்யாமல் கிழித்து இந்தக் கடிதத்தைப் படித்துக் கொண்டிருக்கிறாய் என்றால் திரும்பி வரவே வராதே. ஒழிந்த போ!... ஆதிமூலம்.'

வண்டி தண்டவாளங்களில் மாறிக் கடகடவென்று சிரித்தது.

('கணையாழி', செப்டம்பர், 1965)

ஜன்னலில்
தோன்றிய வனிதை

இது விளம்பர யுகம், மஹா விஷ்ணு பிரத்யட்சமாகத் தோன்ற எண்ணினாலும் முன்னாள் செய்தித்தாள்களில் இந்த இடத்தில் இந்த நேரத்தில் தோன்றப் போகிறேன் என்று விளம்பரம் கொடுத்துவிட்டுத் தோன்றினால் தான் மக்கள் போய் தரிசிப்பார்கள். இந்த யுகத்தில் வனிதா இண்டஸ்ட்ரீஸ் தங்கள் தயாரிப்புகளை நாகரிக உலகத்தில் அறிமுகப்படுத்த எண்ணினார்கள். ஏற்கெனவே இருபத்தைந்து வருஷமாக அரசாட்சி செய்யும் அழகு சாதனங்களுக்குப் போட்டியாக வனிதா தயாரிப்புகளை வனிதா சோப்பு, வனிதா பவுடர், வனிதா குழந்தை பவுடர், வனிதா ஷவரக் கஷாயங்கள் அதாவது ஆப்டர் ஷேவ் லோஷன் - இத்யாதி, இத்யாதி அறிமுகப்படுத்த தீவிரமாக ஆரம்பித்தார்கள்.

ரேடியோ சிலோனில் விளம்பர வாக்கியங்கள். 'என்னை என் கணவர் தினம் தினம் கடற்கரைக்கு அழைத்துச் செல்கிறார். ஏன்? நான் நறுமணம் கமழும் வனிதா சோப்பை உபயோகிக்கிறேன்.' விற்றுப்போகும் பத்திரிகைகளின் பின் அட்டைகளில் வில் போன்று ஒயிலாக நின்றுகொண்டு கையில் வனிதா சோப்புக் கட்டியைக் காட்டி புன்சிரிக்கும் பெண்களின் புகைப்படங்கள். இவை எல்லாம் போதாது என்று பல இளைஞர்களையும் பெண்களையும் வேலைக்கு வைத்துக்கொண்டு வீட்டுக்கு வீடு சென்று வனிதாவின் உன்னதமான சாமான்களைப் பற்றி பிரச்சார உபன்யாசம் செய்துவிட்டு ஒரு காலண்டரும், ஒரு இலவச சாம்பிள்களும் கொடுக்கச் செய்தார்கள். அப்படி அமர்த்தப்பட்ட அறுபது இளைஞர்களில் ஒருவன் கிருஷ்ண பிரசாத்.

கிருஷ்ண பிரசாத்- அவனுக்கு படிப்பு அதிகம் கிடையாது. வாட்ட சாட்டமான உடல். எல்லா அவமானத்தையும் சமாளிக்கும் புன்னகை - வனிதா தயாரிப்புகளை நிறைய விற்றவன் இவன் தான். காரணம் இவனது விடாப்பிடித்தனமான விளம்பர முயற்சிகள்தான். கதவைத் திறந்தவுடனே மடால் என்று முகத்தில் சாத்தினால் ஜன்னல் வழியாக சோப்பை நீட்டுவான். இவன் ஐந்து நிமிஷச் சொற்பொழிவை முடித்ததும், 'மிஸ்டர் எங்கள் வீட்டில் 25 வருஷமாக உடம்புப் பொடியைத் தான் தேய்த்துக் கொள்கிறோம். சோப்பு நாய்க்குத்தான் தேய்க்கிற வழக்கம்' என்றால், பிரசாத் அயராமல் வனிதா நாய் சோப் ஒன்றை எடுத்துக்காட்டி நாங்கள் அதுகூடத் தயாரிக்கிறோம் என்று சொல்வான். சிரிக்காதீர்கள். இந்தக் கதை தீவிர கருத்துக் கொண்டது. கிருஷ்ண பிரசாத்போல் எவ்வளவு பேர் தன்மானத்தை விட்டுவிட்டு பிழைப்புக்காக இஷ்டமில்லாத வேலையை ஆர்வத்துடன் செய்கிறார்கள். தெரியுமா? தெரியாதா? எனக்கும் தெரியாது.

கதையின் விஷயம் கிருஷ்ண பிரசாத்தின் தொழிலில் உள்ள கஷ்டமோ மரியாதைக் குறைவோ அல்ல. அவன் வாழ்வில் திடீரென்று உதித்த காதல்தான். உதயம் என்றால் எப்படிப்பட்ட உதயம்! ஆயிரம் சூரியன்கள் ஒரு கோஷ்டி முயற்சியாக உதித்து வனிதா தயாரிப்புகளைப் பற்றிப் பேசிப் பேசி நொந்திருக்கும் அவன் வாழ்வில் ஏகப்பட்ட பிரகாசத்தை உண்டு பண்ணி யிருக்கும் உதயம்.

அப்பொழுது எல்லாம் தினம் மின்சார ரெயிலில் தன் அலுவலகத்திற்குச் சென்று கொண்டிருந்த கிருஷ்ண பிரசாத் பஸ்ஸில் போகிறான். ஏன் அதுவும் பஸ் ஸ்டாண்டில் காலி பஸ் கூட 'டபிள் ரைட்'டில் செல்கிற அந்த பஸ் ஸ்டாண்டில் ஒண்டியாக நிற்கிறான்.

பஸ் ஸ்டாண்டிற்கு எதிரே ஒரு வீடு. அந்த வீட்டில் முதன் மாடியில் ஒரு ஜன்னல். அந்த ஜன்னலின் திரைச்சீலைகளின் பின்னிருந்து அவனையே வைத்த கண் வாங்காமல் பார்க்கும் அந்தப் பெண்... அவள் அவனை அப்படிப் பார்ப்பதைத் தற்செயலாகக் கவனித்தான். முதலில் தன்னைத்தான் பார்க் கிறாளா அல்லது பின்னால் சுவற்றில் ஒட்டியிருக்கும் விளம் பரத்தைப் பார்க்கிறாளா என்று தெரியவில்லை. சற்றுத் தள்ளி

நின்றான். அவனைத்தான் பார்த்தாள். அதுவும் எப்படிப்பட்ட பார்வை. கொஞ்சம்கூட சங்கோஜம் இல்லாமல் அவன் மேல் பதித்த பார்வை. 'உன்னை எனக்குப் பிடித்திருக்கிறது' என்று சொல்லும் பார்வை. மறுபடி பார்த்தான். அந்தப் பெண்ணின் முகம் மட்டும்தான் சரியாகத் தெரிந்தது. எப்படிப்பட்ட முகம்! வனிதா தயாரிப்புகளின் தேவையே இல்லாத முகம், சிரிக்கும் கண்கள், மெல்லிய உதடு, காதுகளில் வளையங்கள்... அவளைப் பார்த்துக்கொண்டே இரண்டு மூன்று பஸ்ஸை கோட்டை விட்டுவிட்டு மனசில்லாமல் ஆபீஸ் சென்றான்.

மாலை திரும்பி வரும்பொழுது பஸ்ஸிலிருந்து இறங்கும்போதே கவனித்தான். அவள் ஜன்னலருகில் தெரிந்தாள். இறங்கின உடனேயே அவனைப் பார்த்து விட்டாள். தப்பு பார்த்து விடவில்லை. பார்த்துக்கொண்டே இருந்தாள். கூச்சமே இல்லாது தைரியமாக. இவனால்தான் அவளை நேராகப் பார்க்க முடியவில்லை. முகத்தைக் கைக்குட்டையால் துடைத்துக் கொண்டு எதிரே வந்த குட்டி நாயைப் பார்த்து சீட்டி அடித்து விட்டு தற்செயலாகப் பார்ப்பதுபோல் அவளை மறுபடி பார்த்தான். அவள் அவனை நேராகப் பார்த்துக் கொண்டிருந்தாள். இவன் உள்ளே ஒரு ஐஸ் நதி ஓடிக் கொண்டிருந்தது. தெருவைக் கடந்து நடந்து திருப்பத்தில் மறையும்வரை இவன் கழுத்தின் பின்னால் சுட்டது மாலை வெயிலா அல்லது அவள் பார்வையா என்று சந்தேகம் இருந்தது அவனுக்கு.

மறு நாள் சீக்கிரமே பஸ் ஸ்டாப்பிற்குப் போய்விட்டான். இந்தப் பெண் அந்த ஜன்னலை விட்டு நகர்ந்ததாகத் தெரியவில்லை. இவன் பார்த்த போதெல்லாம் அவள் பார்த்துக் கொண்டிருந்தாள். 'ஏன் என்னைப் பார்க்கிறாள்? பக்கத்தில் நின்ற மற்றொரு இளைஞனைப் பார்க்கவில்லை. என்னைத்தான் பார்க்கிறாள்' தலையைக் கலைத்தான். வாரிக்கொண்டான். சரேல் என்று அவளைப் பார்த்தான். அவள் அவனை... ஐஸ் நதி...

இப்படியே ஏழு நாட்கள் காலை மாலை. இவனுக்கு செய்வது என்ன என்று தெரியவில்லை. பார்வையாலேயே பேசிக் கொள்ளலாம் என்பார்கள். இந்த நாட்கள் சம்பாஷணை இவனுக்குத் திருப்தி தரவில்லை. ஆபிசில் யோசித்து யோசித்து கடைசியில் சுற்றும் முற்றும் பார்த்துவிட்டு ஒரு கடிதத்தில் இப்படி எழுதினான்.

'உங்களை நான் தினம் தினம் பார்க்கிறேன். நாம் இதுவரை பார்த்துக் கொண்டுதான் இருக்கிறோம். பேசிக்கொள்ள ஒரு சந்தர்ப்பம் ஏற்படுத்தவே இதை எழுதுகிறேன். உங்களுக்குத் தொந்தரவு ஏதும் இல்லை என்றால் வரும் சனிக்கிழமை அதாவது 2-ம் தேதி மவுண்ட் ரோட்டில் ரெஸ்டாரெண்டில் என்னைச் சந்திப்பீர்களா? என் பெயர் கிருஷ்ண பிரசாத். ஒரு கம்பெனியில் வேலை செய்கிறேன்.'

கடிதத்தை மடித்து பைக்குள் போட்டுக் கொண்டான். வனிதா தயாரிப்புகள் நிறைந்த தோள் பையை எடுத்துக்கொண்டு புறப் பட்டான். அவன் திட்டம் இதுதான். நேராக அந்தப் பெண்ணின் வீட்டுக்குச் சென்று கதவைத் தட்ட வேண்டியது. கதவை வேறு யாராவது வந்து திறந்தால் உடனே வனிதா சோப்பைப் பற்றி ஆரம்பித்து வழக்கம்போல் காலண்டர், இலவச சாம்பிளுடன் முடித்துக்கொண்டு வந்துவிட வேண்டியது. அந்தப் பெண் திறந்தால், அவளிடம் இந்தக் கடிதத்தைக் கொடுத்து உடனே இறங்கி வந்து பஸ் ஸ்டாண்டில் நிற்க வேண்டியது. அவள் கடிதத்தைப் படித்து சம்மதமிருந்தால் ஜன்னலருகில் வருவாள். இவனைப் பார்த்துச் சிரிப்பாள். சம்மதமில்லை என்றால், படீரென்று ஜன்னல் கதவைச் சாத்தி விடுவாள். எவ்வளவு அருமையான யோசனை என்று மகிழ்ந்தான்.

அவன் அவள் வீட்டை நெருங்கும்போது முற்பகல் 11 மணி இருக்கும். அவள் ஜன்னலருகில் உட்கார்ந்திருந்தாள். எங்கோ பார்த்துக் கொண்டிருந்தவள். இவன் தன் வீட்டுப் பக்கம் திடீரென்று வருவதைக் கவனித்தாள். அவளைப் பார்த்து இவன் மெலிதாகச் சிரித்தான். அவள் கன்னம் சிவந்து உள்ளே மறைந் தாள். பைக்குள் கடிதத்தைத் தொட்டுக் கொண்டான். இடது கையில் தயாராக தோல் பை.

மெதுவாகப் படிகளில் ஏறினான். ஏ. ராமானுஜம் என்று பெயரிட்ட பலகை அவள் வீட்டின் கதவில் தொங்கியது. கதவைத் தட்டினான். திடும் திடும் என்று ஏதோ சப்தம் கேட்டது. இவன் நெற்றியில் இருபுறமும் வியர்த்தது.

கதவு திறந்தது. அந்தப் பெண்தான். பைக்குள்ளிருந்த கடிதத்தை எடுத்தான், நிறுத்திவிட்டான். அதை அவளிடம் கொடுப்பதற்குள் அவளை முழுவதும் பார்த்தான். கடிதம் பாதியில் நின்று விட்டது. தன் தோல் பையைத் திறந்து வனிதா சோப் ஒன்றை எடுத்து,

நிஜத்தைத் தேடி / 61

'நீங்கள் உங்கள் வீட்டில் என்ன சோப் உபயோகிக்கிறீர்கள்? புதிதாக மார்க்கெட்டில் வந்திருக்கும் இந்த வனிதா சோப்பை ஒருமுறை உபயோகித்துப் பாருங்கள். இதன் மெலிதான மல்லிகை நறுமணம் புத்துணர்ச்சியை அளிக்கிறது.'

அந்தப் பெண் அவனையே பார்த்துக்கொண்டு உட்கார்ந்திருந்தாள். அவள் கண்களில் ஏமாற்றமும் சற்று ஈரமும் தெரிந்தது. அவள் உட்கார்ந்திருந்தது ஒரு சக்கரம் வைத்த நாற்காலியில். அவள் கால்கள் போலியோவினால் பாதிக்கப்பட்டு சக்தியற்றுத் தொங்கின.

'...வனிதா கூந்தல் தைலம், வனிதா குழந்தை பவுடர், வனிதா ஸ்னோ- இவைகளையும் தயாரிக்கிறோம்...'

('கணையாழி', கார்த்திகை, 1965)

இப்படித்தான்

காதலிக்கிறார்கள்

நான் என்றால், இந்தக் கதையை எழுதும் எஸ்.ரங்கராஜன் இல்லை. இவன் நான் சொல்லச் சொல்ல அப்படியே எழுதிக் கொண்டு வருகிறான். அவ்வளவுதான். நான் வியாசர். இவன் பிள்ளையார். இவன் எழுதும் கதைகளை நான் படித்ததுண்டு. எல்லாம் உதவாக்கரை. நகை திருட்டு. எக்ஸ்ட்ரா நடிகைகளைப் பற்றி எல்லாம் எழுதினால் எப்படி உருப்படுவான்? இதெல்லாம் இலக்கியத்தோடு சேராது. பெரிய இலக்கியத்துக்கு முதலில் தீவிரம் வேண்டும். என்னைப்போல 'ஸாலிங்கர்' படித்திருக்க வேண்டும். முண்டகோபனிஷத் தலைகீழாகத் தெரிய வேண்டும். பத்துபேர் செய்யும் பேரிரைச்சலுக்கு மத்தியில் அமைதி இருப்பதை அறிய வேண்டும். அறிவு விஸ்தாரம் வேண்டும். கவலை வேண்டும். பார்வையில் கூர்மை வேண்டும். காலையில் பட்சிகளுக்கு முன்னால் எழுந்து பெர்க்ஸன் படிக்க வேண்டும். சங்கீதத்தில் லயிப்பு வேண்டும். பெண்களிடத்தில் லயிப்பு வேண்டும்.

இன்று காலை அமைதியாக இருந்தது. எதிரே இவன் உட்கார்ந் திருந்தான். காகிதம் எடுத்துக்கொள். பென்சில் சீவிக்கொள். த், ப் எல்லாம் சரியாகப் போடு. நான் சொல்வதை அப்படியே எழுது. பயப்படாதே! இன்று என் மனசில் பல தினங்களாக ரூபமில்லாம லிருந்த விஷயங்கள் ரூபமெடுக் கின்றன. நான் சொல்லப் போவது ஒரு கதை. என் கதை. கதை என்றால் சேகர், உஷா, மாமா பெண் காதல், குழப்பம் அப்புறம் சுபம் சுபம் என்று எண்ணிக் கொண்டால் எழுந்து போ. இது வேறு தினுசு. இது தமிழில் இப்படி எழுதப்படவில்லை.

எனக்கு சொந்த ஜில்லா சேலம். அதில் ஒரு... ஊர் பெயர் சொல்லக் கூடாது. அதில் எனக்கு வீடு இருக்கிறது. நான் அப்பாவுக்கு ஒரே பையன். அப்பா விட்டுச் சென்ற சொத்து முழுவதும் எனக்கு வந்தது. அதை நான் அழித்தேன். அது கதையின் விஷயம் அல்ல. கதை ஆரம்பிக்கிற சமயம் நான் ஒரு சொத்துள்ள பிரம்மசாரி. பெரிய வீடு. ஒரு கார். உதவாக்கரை நண்பர்கள். ஏகப்பட்ட புத்தகங்கள். பின் கட்டில் பசுமாடு, பரிசாரகன், ஐஸ் க்ரீம் மெஷின், வாசலில் வெல்வெட் செருப்பு. உள்ளே விசிறி மடிப்பு அங்கவஸ்திரங்கள், லக்னோ ஜிப்பாக்கள், பட்டு வேஷ்டிகள், பெட்டி நிறையப் பன்னீர் புகையிலை. சீட்டுக் கச்சேரி, இலக்கிய சர்ச்சைகள், மாடு மாதிரி ரேடியோகிராம், நூற்றுக்கணக்கில் இசைத் தட்டுக்கள். இளமையின் விளையாட்டுக்கள், லலிதா!

லலிதா என் பக்கத்து வீட்டுக்குப் பக்கத்து வீட்டுக்குப் பக்கத்து வீட்டுப் பெண். நான் பணக்காரப் பையன். எங்களுக்குள் ஜனிக்க வேண்டியது என்ன? காதல்... இந்த வஸ்து என் கதையில் சுத்தமாகக் கிடையாது. முதலில் லலிதாவை நான் கவனிக்கவே இல்லை. ஒருநாள் ராஜாராமன் கொண்டுவந்த பைனாகுலர் - இதற்குத் தமிழ் என்னவோ? - அதைக் கண்களில் பொருத்தி மாடி ஜன்னலிலிருந்து தெருவில் போகும் ஆட்டுக்குட்டி, பால்காரி, தேவி டாக்கீஸ் விளம்பர வண்டியில் தேவிகா - இப்படிப் பார்த்துக் கொண்டிருந்தேன். சரேல் என்று லலிதா தென் பட்டாள். முகத்தில் தலைமயிர் புரள, அதைத் தள்ளி விட்டுக் கொண்டு ஒரு புதிய கன்றுக்குட்டிபோல் உடம்பை வைத்துக் கொண்டு, புஸ்தகங்களை அணைத்துக்கொண்டு, நடையில் பின்னல், 'நீவா! நீவா' என்று ஆட ஆட, திறமான நிறமான, நிறமாக உடலான, உடலான உடலாக, வடிவான வடிவாகச் சென்றாள். இவளை நான் ஏன் இதுவரை கவனிக்கவில்லை? இது முதல் கேள்வியாக என் மனத்தில் எழுந்தது. மேலும் நான் ஏன் எங்கெங்கேயோ, புஸ்தகங்களிலும் வஸ்துக்களிலும் தேடு கிறேன். என்னத்தைத் தேடுகிறேன். ஆழ்வார் பாடல்களிலும் ஆலய இருட்டிலும் இல்லாத சர்வசுந்தர சாரம்- இந்தப் பிரயோகத்திற்கு மன்னிக்கவும் - இதோ இந்தப் பூமியில், இந்தத் தெருவில், என் பார்வையில் இருக்கிறாளே... புரியவில்லையா? பின்னால் புரியும், பொறு.

லலிதாவைப் பற்றிய மேல் விவரங்களைச் சில வரிகளில் சொல்கிறேன்;

வயது பத்தொன்பது. மக்குப் பெண். இன்னும் எஸ்.எஸ்.எல்.சி. படிக்கிறாள். அப்பா பரம ஏழை. ஸ்திரமான வேலை கிடையாது. வாய்ச்சவடால் ஆசாமி. குடும்பத்தைக் கவனிப்பது கிடையாது. ஆறு பெண் குழந்தைகள். ஒரு அம்மா, ஒரு மனைவி, ஆறு குழந்தைகளில் மூத்தவள் லலிதா, மற்றும் ரேவதி, சரஸ்வதி, பானு, சுமதி, காயத்ரி.

எங்கள் ஊரில் வீடுகள் ஒட்டி ஒட்டி இருக்கும். மாடி வழியாக எகிறிக் குதித்து எட்டு பத்து வீடுகள் தாண்டிப் போகலாம். முதலில் எனக்கு இப்படித்தான் தோன்றியது. நான் இவளிடத் தில்... இவளிடத்தில், கொஞ்சம் இரு யோசிக்கிறேன்... சரி எழுது. நான் இவளை விரும்புகிறேன் என்பதை முதலில் இவள் அறிய வேண்டும். இவள் எப்படிப்பட்டவள் என்பது எனக்குத் தெரிய வேண்டும். நான் ஒன்று சொல்கிறேன். எழுதுகிறாயா?... ஒரு ஏழைப் பெண் அழகாயிருப்பது தப்பு என்பது என் அபிப்பிராயம். அழகு உபயோகமில்லாமல் போய்விடுகிறது...

மிலிடரியில் போல ஏற்பாடுகள் செய்தேன். பணம்டா பணம். மற்றவர்கள் துணை தேவையில்லை. என் திட்டத்தில் முதல் பகுதி... அவசரப்படாதே.

பெண்கள் எல்லோருக்கும் மாடியில் ஆனந்த விகடன் படிக்கும் மூன்று நாட்கள் உண்டு. லலிதாவின் அந்த நாட்களுக்கு பதினெட்டு நாட்கள் காத்திருந்தேன். அப்புறம் அவளை அவள் வீட்டு மாடியில் பார்த்தேன். பூப்போட்ட வாயில் தாவணியும் கறுப்புப் பாவாடையும் சிவந்த சிவந்த கன்னங்களும் உதடு களும், சிரித்தால் குழி விழும் கன்னங்களும்... (மேல் வர்ணனை களை நான், எஸ். ரங்கராஜன், சென்ஸார் செய்ய வேண்டிய நிர்ப்பந்தத்திற்கு மன்னிக்கவும்.)

ஆச்சா. முதல் காரியமாக ஒரு காயிதம் எழுதினேன். ரொம்ப மோசமான தமிழில். தமிழ் காதல் காயிதம் எழுதுவதற்கு தகுதியான மொழியில்லை. இங்கிலீஷில் விளையாடியிருப் பேன். அந்தப் பெண்ணுக்கு இங்கிலீஷ் வராது. தமிழில் எழுதித் தொலைக்க வேண்டியிருந்தது. எப்படி எழுதினேன்? உன்னைப் பார்த்ததிலிருந்து எனக்குச் சாப்பாடு பிடிக்கவில்லை. காரில் கன்னாபின்னா என்று அலைகிறேன். (என் அந்தஸ்தைக் காட்ட வேண்டிய நிர்ப்பந்தம்) நீ என் இதயராணி. உன்னைப்போல் அழகியைப் பார்த்தது கிடையாது. உனக்குப் பட்டுப் புடைவை

வேண்டுமா? வைரத்தில் மாலைச்சரடு வேண்டுமா? உன் போட்டோ அனுப்பு. பூஜை பண்ண வேண்டும். நீ என்னைச் சந்திக்க வருவாயா? பதில் போடுவாயா? இப்படிக்கு - என் பெயர்.

எஸ்.எஸ்.எல்.சி.யில் செலக்‌ஷன் ஆகாத மக்குப் பெண்ணுக்குப் பின் எப்படி எழுதுவார்களாம்? இப்படித்தான் எழுத வேண்டும் என்று என் மனசு சொல்லிற்று. இதை எழுதி கூழாங்கல்லைச் சுற்றி அவள் மேல் எறிந்து விட்டு மறுபடி வந்து படுத்துக் கொண்டு விட்டேன். மனசு திடும் திடும் என்று அடிக்கிறது. பதில் எழுதுவாளா? ஊரைக் கூட்டுவாளா? என்ன செய்வாள்?

பதிலும் எழுதவில்லை. ஊரையும் கூட்டவில்லை. அவள் தன் பாட்டுக்குப் பள்ளிக்கூடம் சென்று கொண்டிருந்தாள். என் கடிதம் வந்ததாகவே காட்டிக்கொள்ளவில்லை. ஒன்று சொல்கிறேன், கேட்டுக்கொள். பெண்களுக்கு மனத்தில் ஆழம் அதிகம். அந்த ஜாதியே தயங்குகிற ஜாதி. ஆயிரம் ரகஸ்யங்களை உள்ளே அழுத்தி மறைக்கக்கூடிய திறமை உள்ள ஜாதி. அந்தப் பெண் நாலு மாசம் நான் இப்படிப் பார்த்து, அப்படிப் பார்த்து எழுதி அனுப்பின லெட்டர்களையெல்லாம் என்ன பண்ணினாள் தெரியாது. ஆனால் பதில், ஒரு பதில் கிடையாது.

பணத்துக்கும் ஒரு பெண்ணின் பிடிவாதமான மௌனத்துக்கும் போட்டி வந்தால் எது ஜெயிக்கும்? அவளை நான் விடவில்லை. பள்ளிக்கூடத்துக்குப் போகும்போது நான் கணக்காக டிரஸ் செய்துகொண்டு ரங்கண்ணா கடையில் நிற்பேன். அவள் நோட்டு புஸ்தகங்கள் வாங்க அந்தக் கடைக்கு வருவாள். அப்போது ரங்கண்ணாவை அதட்டி விலகச் சொல்லிவிட்டு நான் விற்பேன். எப்படி? அவள் கீழே பார்த்துக் கொண்டே 'ஒரு கொயர் அன்ரூல்ட்' என்பாள். சொல்லி முடிப்பதற்குள் அவள் எதிரில் நோட்டை வைப்பேன்; அதில் என் கடிதம் ஒன்றைச் சொருகி. பணம் கொடுக்க வரும்போது, 'பணம் கொடுத்தாகி விட்டது வேண்டாம்' என்பேன். கூட சாக்லேட், பிளாஸ்டிக் போரா, வாசனைப் பாக்கு தருவேன். பேசவே மாட்டாள்.

அவள் வீட்டுக்கு எதிரில் ஒரு கோனார் இருந்தார். அவர் பணமுடையில் என்னை வந்து கேட்க, கோனாரின் உதவாக்கரை வீட்டை ஏக விலை கொடுத்து வாங்கினேன். வாங்கி அதைப் பழுது பார்த்து, லாந்தி, திருப்பிக் கட்டி, பெண்களுக்கு தையல்

கிளாஸ், ஹிந்திக்கு ஒரு டீச்சரம்மா வைத்து மாதர் முன்னேற்றச் சங்கம் ஒன்று ஆரம்பித்தேன். எல்லாப் பெண்களும் வந்து சேர்ந்தார்கள். அவள் சேரவில்லை.

அப்புறம் நதிக்கரையில் அவளைச் சந்திக்க முயன்றேன். முடிய வில்லை. கோயிலில் மடக்க முற்பட்டேன். முடியவில்லை. சினிமாவிலிருந்து திரும்புகையில் ஒருநாள் என்னைப் பார்த்ததும் ஓடியிருக்கிறாள்.

அவள் மேல் எனக்கு ஆர்வம் அதிகமாயிற்று. ஆர்வம் என்று சொல், மோகம் என்று சொல், தாகம் என்று சொல், ஆத்திரம் என்று சொல், விருப்பம் என்று சொல், வேதனை என்று சொல்லு… என் பொறுமையைச் சோதித்த மாதங்கள் கழிந்தன. திடீரென்று அவள் போக்கில் திருப்பம் ஏற்பட்டது. என்னால் நம்ப முடியவில்லை. அவள் தங்கை ஒருத்தி என்னிடம் ஒரு புஸ்தகத்தைக் கொண்டுவந்து கொடுத்துவிட்டு… 'அக்கா இதைக் கொடுக்கச் சொன்னா…' என்றாள். என்ன தைரியமான செயல்! புஸ்தகத்துக்குள் ஒரு கடிதம் இருந்தது. அதில் மொட்டையாக…

'வெள்ளிக்கிழமை 25-ந் தேதி வீட்டில் எல்லோரும் மதராஸ் போகிறார்கள். ஒரு கல்யாணத்திற்கு. எனக்குப் பரீட்சை; அதனால் போகவில்லை. சனிக்கிழமை சாயங்காலம் இருட்டின தும் மேலத் தெருவும் மெயின்ரோடும் சந்திக்கிற இடத்தில் நிற்கிறேன். காரில் வரவும். நாம் இரண்டு பேரும் பேசிக்கொள்ள சந்தர்ப்பம்…'

சரணாகதி இவ்வளவு சுலபத்தில் கிடைக்கும் என்று நான் எதிர்பார்க்கவில்லை. பெண்ணே நான் உனக்காக மாசக்கணக்கில் தவம் கிடந்தாச்சு. இப்பத்தான் உன்னைத் தனியா சந்திக்கிற சந்தர்ப்பம் கிடைக்கிறது. நான் உன்னுடன் பேசப்போவது காதல் பாஷை இல்லை. நம் சந்திப்பில் பேச்சு அதிகம் இருக்காது. இது காதலில்லை. நான் இவ்வளவு தூரம் உன்னைத் துரத்தியது உன்னிடம் பிளேட்டோ படிக்க இல்லை. நான் செய்யப் போவது… ஆராய்ச்சி.

நீ மனுஷிதானா அல்லது தேவதையா? உன் உடம்பு மிடாஸின் பெண் போலத் தங்க ரூபமாக இருக்குமா? இல்லை டன்லப் பில்லோவா? நீ ராஜா வம்சத்திலிருந்து தப்பிப் பிறந்து விட்டவளா? தேவதையா? கழுதைப் பாலில் குளித்த கிளியோபாட்ராவா? அரசர்களை வருஷக்கணக்கில் சண்டை போட வைத்த ஹெலனா?

கிரேக்க தேவதையா? உன் கண் இமைகள் எப்படி இருக்கும்? கால்கள் எப்படி இருக்கும்? உனக்கு ஞானோபதேசம் செய்ய ரிஷி மாதிரி வருகிறேன். நீ மூடி வைத்துள்ள உன் மௌன அழகுக்குத் திறப்பு விழா நடக்கப்போகிறது. நாயனமில்லாமல், சிவப்பு நாடா கத்திரிக்கோல் இல்லாமல், லௌட் ஸ்பீக்கர் சங்கீதம் பேச்சு இல்லாமல், காரில் இருட்டில், டார்ச் ஒளியில் உனக்கு ஞானோபதேசம், உன் உடம்பை ஒவ்வொரு பகுதியாக, (மன்னிக்கவும் மறுபடி சென்ஸார் செய்ய வேண்டியிருக்கிறது. ஶ்ரீ... அவர்கள் மிக அருமையான சில வாக்கியங்களைப் பிரயோகித்தார். துரதிருஷ்டவசமாக நம் வாசகர் கூட்டம் அவ்வளவு பக்குவம் அடையவில்லை. அந்த ஆவேசமான வார்த்தைகள் 1984-ம் வருஷம் மறுபதிப்பாக என் சிறுகதைத் தொகுதி வரும்போது நிச்சயம் இடம் பெறும்.)

சனிக்கிழமை வம்புக்காக தீவிரமாக ஏற்பாடுகள் செய்தேன். காரின் முன் சீட்டு பின்னால் மடக்க வசதி செய்து கொண்டேன். உள்ளே ஒரு மின்சார விசிறி அமைத்தேன். ஒரு டார்ச் வைத்தேன். சில சௌகரியமான தலையணைகள். ரேடியோ பொருத்தினேன்.

சனிக்கிழமை மாலை சரியாக இருட்டினதும் காரை விரட்டினேன். சொன்னால் சொன்ன இடத்தில் காத்திருந்தாள். சுற்றிலும் ஒருவரும் இல்லை.அவளைக் கிட்டத்தில் பார்த்ததும் அவள் அபார உயரம் தெரிந்தது. பதற்றத்துடன் கதவைத் திறந்து பின் சீட்டில் உட்கார்ந்தாள். நான் முன்னே வா என்றேன். ‘ஊஹூம்’ என்று தலையசைத்தாள்.

‘முன்னே வா.’

‘எனக்குப் பயமாக இருக்கிறது. ஊரைத் தாண்டிப் போய் விடலாம்’ கார் விரைய... அவளுடன் என்ன பேசுவது? நான் உன்னைக் காதலிக்கிறேன் என்று சினிமா பண்ணவா? நிஜம் சொல்லவா எதற்கு வந்தேன் என்று.

ஏழு மைல் கடந்து அடர்த்தியான தென்னந்தோப்பின் அருகில் காரை நிறுத்தினேன். தனிமை. மெயின் ரோடிலிருந்து விலகி விட்டேன். (லாரிகள் அதிகம்) இருட்டு பூச்சிகள் சப்தம். ஈர வாசனை, அவள் சூடியிருந்த மல்லிகை வாசனை எல்லாவற்றையும் விவரிப்பது வீண். இதோ நடந்ததைச் சொல்கிறேன்.

முன்னால் வா என்றேன். வரவில்லை. தயங்கினாள். திரும்பத் திரும்பப் பின்னால் பார்த்தாள், யாராவது வருகிறார்களா என்று.

காரின் உள்விளக்கு மங்கிய வெளிச்சத்தில் அவள் முகத்தில் பயம் தெரிந்தது. நெற்றி வியர்வையால் பொட்டு அழிந்திருந்தது. என் பொறுமையைச் சோதித்தாள். சரி நான் அங்கு வருகிறேன் என்று முன் கதவைச் சாத்திவிட்டு பின்னால் போய் அவள் பக்கத்தில் உட்கார்ந்தேன். அவளை முதல் தடவையாகத் தொட்டு இழுத்து என் மடி மேல் சாய்த்தேன். திமிறினாள், மிகுந்த பலத்துடன். என் கோபம் அதிகமாகியது, அவள் ஸ்பரிசம் தந்த வேகத்தில் என் நரம்புகள் வெடித்தன. அவள் ஆடையைப் பற்றி இழுத்தேன். வெயில் படாத அவள் உள்ளுடம்பின் வெண்மை தெரிய, ஆடை கிழிய, தலை கலைய,-

'லலிதா பயப்படாதே! நான் உன்னை ஒன்றும் செய்யப் போவதில்லை...' என்றேன். அர்த்தமில்லாமல் 'எனக்கு பயமாக இருக்கு' என்றாள். குரல் நடுங்கியது.

'என்ன பயம்?'

பதிலில்லை.

'என்ன பயம்- புலி மற்றொரு புலி. இரண்டும் சண்டை போட்டால் எப்படி இருக்கும். அந்தச் சண்டையை வர்ணிக்க முடியுமா? பற்றி, இழுத்து மடக்கி, விலக்கி, நெருக்கி, வளைத்து, நினைத்து, வெறுத்து, மகிழ்ந்து, வெடித்து... இப்படிச் சிறு சிறு வார்த்தைகள்தான் அந்தப் போராட்டத்தை அரை குறையாகக் காட்டும்.

'என்னை விட்டு விடுங்கள்... என்னை விட்டு விடுங்கள். திரும்பிப் போய்விடலாம். நீங்கள் பெரிய ஆபத்தில் இருக்கிறீர் கள்' என்றாள். அழ ஆரம்பித்தாள்.

நான் தயங்கினேன், 'என்ன ஆபத்து?' என்றேன்.

'என் அப்பா...'

அவள் சொல்லி முடிப்பதற்குள் தடதடவென்று ஒரு ஓட்டைக் கார் பக்கத்தில், விளக்கில்லாமல் வந்து நின்றது. அதிலிருந்து ஆறு ஆட்கள் கம்பும் கழியுமாக இறங்கினார்கள். ஒருவன் செருப்பைக் கழற்றிக் கையில் வைத்துக் கொண்டான். மற்றொருவன் காரின் பின் கதவைத் திறந்து பார்த்து அது பூட்டி இருக்க - முன் கதவைத் திறந்து- 'வாடா வெளியே வாடா' என்று உரக்கக் கத்தினான். லலிதாவின் அப்பா வெளியே நின்றார்.

மற்றவர்கள் அவன் சிநேகிதர்கள். சில்லரை ரௌடிகள்... லலிதா விசித்து விசித்து அழுதாள். வெளியே வந்ததும் அவர்கள் என்னை அடித்தார்கள். பாதியில் அவள் அப்பா அவர்களை நிறுத்தி, 'இருங்க இருங்க இவனைத் தனியா விடுங்க... கோபி நீ மட்டும்' கோபி என்பவனும் லலிதாவின் அப்பாவும் என்னைப் பிடித்துத் தனியாக அழைத்துச் சென்றனர்.

கோபி சொன்னான்: 'ஒரு வயசுக்கு வந்த பெண்ணைக் கெடுத்து அவள் வாழ்க்கையைப் பாழ் பண்ணிவிட்டாய். அது ஊர் பூரா தெரிந்துவிடும். நாங்கள் கிரிமினல் அஸர்ல்ட் வழக்கு- மான நஷ்ட வழக்கு எல்லாம் போடப் போகிறோம். லட்சரூபாய் இருக்கை உன்கிட்ட? இவ்வளவு பேர் சாட்சிகள் வைத்திருக் கிறோம்... நீ செய்ய வேண்டியது ஒண்ணு. பேசாமல் காதும் காதும் வைத்தாற் போல் லலிதாவைத் கல்யாணம் செய்து கொண்டுவிடு. எல்லாம் சரியாப் போய்விடும்.'

எனக்கு அவர்கள் மோசடி புரிந்தது. லலிதாவை வைத்து எனக்கு கடிதம் எழுதச் சொன்னதும் அவள் அப்பாதான். பெண்ணை அனுப்பிவிட்டுப் பின்னால் ஆறு சாட்சிகளுடன் வந்திருக்கிறான். என்னிடம் பணம் இருக்கு. பெண்ணை எப்படியும் என் தலையில் கட்டிவிடலாம். சரியான மோசடி.

அடுத்த மாதம் எனக்கும் லலிதாவுக்கும் கல்யாணம் நடந்தது. பக்கத்தில் ஒரு குட்டிக் கோயிலில் ரகசியமாக, ஒரு ஜாதிவிட்டு ஜாதிக் கல்யாணமாக நடந்தது. அரை நாள் கல்யாணம். நாயனம் கூட அடக்கி வாசித்தார்கள். இனிமேல் என்ன? கதைக்கு சுபம் சுபம் சுபம்தானே? கதாநாயகன் தான் விரும்பின கதாநாயகியை மணந்துகொண்டு விட்டான். அப்புறம் இருவரும் எப்போதும் சந்தோஷமாக இருந்தார்கள்தானே? இல்லை! எந்தப் பொருளும் நமக்குக் கிட்டாதபோதுதான் அதன் மேல் நமக்கு கவர்ச்சி அதிகமிருக்கிறது. ஆசை இருக்கிறது. பணம் அப்படி, கடையில் வைத்திருக்கும் புதிய ரெடிமேட் சட்டை அப்படி, பெண்களும் அப்படித்தான். கிடைத்த பிற்பாடு மோகம் பாதி போய் விடுகிறது. மேலும் லலிதா என்னை ஏமாற்றி மணந்து கொண்ட தில் ஏற்பட்ட கோபம் எனக்குத் தணியவே இல்லை... படிப்பு வித்தியாசம் வேறு... போகிறது இது சில வருஷங்களுக்கு முந்தின கதை... லலிதாவை இப்பொழுது பார்த்தால் பழைய லலிதா என்று சொல்ல முடியாது. குழந்தை மூன்று பெற்று விட்டாள். வயிறு பெரிசாகி உட்கார்ந்து போய்... ஏகப்பட்டதைச்

சாப்பிட்டதால் உடம்பு பெருத்து ஒரு சிறிய யானைக் குட்டிபோல் இருக்கிறாள். நான் முன் மயிர் உதிர்த்து இளம் தொந்தி விழுந்து சொத்து பாதியாய்க் கரைந்து, தற்போது சத்யத்ரயம் படித்துக் கொண்டிருக்கிறேன். ஆனால் பழைய நெருப்புகள் மனசில் இன்னும் சஞ்சரிக்கின்றன. மனசு அலைகிறது. நல்ல பாட்டுக்காக, நல்ல எழுத்துக்காக, நல்ல காப்பிக்காக - நல்ல - பூர்த்தியாகாத தாகங்கள்...

பழைய பைனாகுலரை இன்று தூசி தட்டி மாடி ஜன்னல் வழியாகப் பார்த்துக் கொண்டிருந்தேன். ஊர்ப் புழுதி அப்படியே இருக்கிறது. ஊரில் மாற்றமில்லை, ஜனங்கள்தான் மாறிவிட்டார்கள். சின்னவர்கள் பெரியவர்களாகி விட்டார்கள். பெரியவர்கள் கிழவர்களாகி விட்டார்கள். கிழவர்கள் செத்துப் போய் விட்டார்கள். அதோ பால்காரி போகிறாள். வண்ணான் போகிறான்... அப்புறம் லலிதாவின் தங்கை ஒருத்தி போகிறாள், ரேவதியா?... சரஸ்வதியா? வயசு பதினெட்டு இருக்கும். அப்படியே அவள் இருந்தாற் போல்... இல்லை - இன்னும் அவளைவிட அழகாய், ஜகஜ்ஜோதியாய்...?

ஏய் எங்கேடா ஓடுகிறாய், மிச்சத்தையும் எழுதாமல்...?

('தீபம்', ஜனவரி 1967)

இந்தியா,

எனது இந்தியா

'டில்லியில் நீங்கள் உண்பதில் புதிய அனுபவங்களுக்குத் தயாராகலாம். ருசி தெரிந்தவர்களுக்கு முகலாய உணவு, வடக்கத்திய உணவு, ஐரோப்பிய, அமெரிக்க, சீன, ஜப்பானிய உணவு யாவும் கிடைக்கும். இந்திய உணவும் மிகப் பிரபலமானவை. தந்தூரி சிக்கன், புலவு கறி, முழுவதும் வெண்ணெயில் சமைக்கப்பட்ட கோழி...'

இந்திய அரசாங்கச் சுற்றுலா கார்ப்பரேஷனின்
'டில்லி' என்கிற வர்ணனை வண்ணப்
புத்தகத்திலிருந்து ஒரு பகுதி ஜூன் 1968

அந்த நான்கு சாலைகளும் முரண்பாடில்லாமல் வட்டமாகச் சந்தித்துக்கொண்ட இடத்தில், திருப்பத்தில் அவன் கிடந்தான். வெள்ளைச் சட்டை அணிந்திருந்தான். கீழே கிடந்தான். முழுவதும் சாலை மத்தியில் இல்லாமல் முழுவதும் மயக்கத்தில் இல்லாமல் கிடந்தான். அவன் உடல் லேசாக அசைந்து கொண்டிருந்தது - பக்கத்தில் அவன் பை கிடந்தது. அதிலிருந்து சில அழுக்குத் துணிகள் வழிந்திருந்தன. அலுமினிய டம்ளர் ஒன்று சற்று ஒதுங்கி நின்றிருந்தது.

அவன் உடல் அசைந்து கொண்டிருந்தது. கண்கள் லேசாக மூடியிருந்தன. அப்படியே கிடந்தான். சாலையின் மத்தியில் இல்லாமல் சற்று ஒதுக்கமாக.

அவன் கிடந்த இடத்தில் அவனை சாலையில் நேராக வரும் வாகனங்கள் கவனிக்க முடியாது. இடது பக்கம் அந்த வட்டத்தில் திரும்பின பின்தான் தென்படும் இடத்தில் கிடந்தான்.

இடது பக்கம் திரும்பின கார் ஒன்று அவனை கடந்ததும் 'ப்ரேக்' போட்டுத் தயங்கியது. நின்றது. சர்ர் என்று பின் வந்தது.

காரிலிருந்து ஒரு இளைஞன் அவசரமாக இறங்கி வந்தான். கீழே கிடந்தவன் அருகில் சென்று கவனித்தான். அவனை நிமிர்த்தினான். அவன் தொய்ந்து சரிந்தான். இளைஞன் சுற்றுமுற்றும் பார்த்தான். வெயில். இளைஞன் கவலைப்பட்டான். கீழே கிடந்தவனை நிமிர்த்துவது கஷ்டமாக இருந்தது. அதே சமயம் சைக்கிளில் வந்து கொண்டிருந்த ஒரு சர்தார்ஜி மூலை திரும்பியதும் இவர்களைக் கவனித்தான். உடனே இறங்கி சைக்கிளை நிறுத்தி விட்டு வந்தான்.

'என்ன ஆயிற்று?'

'தெரியவில்லை, நடுரோட்டில் கிடந்தான், மயக்கம் போலும்.'

சர்தார்ஜி குனிந்து கீழே கிடந்தவனின் மார்பில் கை வைத்துப் பார்த்தான்.

'உயிர் இருக்கிறது. மயக்கமாக இருக்கிறான்.' பக்கத்தில் பார்த்தான் அலுமினிய டம்ளரை.

இதற்குள் மயக்கமாக இருந்தவன் சற்று அசைந்தான். அவன் உதடுகளிலிருந்து சிரமப்பட்டு ஒரே ஒரு வார்த்தை வந்தது.

'தண்ணீர்.'

உடனே இளைஞன் அருகில் கிடந்த அலுமினிய டம்ளரை எடுத்து அந்தப் புல்மேட்டின் பக்கம் ஓடினான். புல்மேட்டில் ஒரு குட்டையான குழாயின் வாயில் பாலித்தீன் பாம்பாக நீண்டு உற்சாகத்துடன் பச்சையை நனைத்துக் கொண்டிருந்தது. அதைப் பிடுங்கித் தண்ணீர் நிரப்பி மறுபடி ஓடிவந்தான்.

இருவரும் அவனை உட்கார வைத்து வாயில் தண்ணீர் ஊற்றினார்கள். தண்ணீர் வழிந்தது. கால் பாகம் உள்ளே சென்றிருக்கலாம்.

இப்பொழுது மயக்கமாக இருந்தவன் சற்று பெரிதாக மூச்சு விட்டான். அவன் சட்டையில் புழுதி படிந்திருந்தது. அவன் கண்கள் திறந்தன, நேராக நீல வானத்தைப் பார்த்தன. அப்புறம் அவர்களைப் பார்த்தான். அந்தப் பார்வையில் பயம் இருந்தது.

'என்னப்பா உனக்கு?'

அவன் பதில் பேசவில்லை.

மறுபடி தண்ணீர் கொடுக்க முயற்சித்தார்கள். சட்டை எல்லாம் வழிந்தது.

'இவனை ஆஸ்பத்திரிக்கு எடுத்துச் செல்ல வேண்டும் என்று நினைக்கிறேன்' என்றான் இளைஞன்.

இப்பொழுது அவனால் உட்கார முடிந்தது. தலையைக் குனிந்துகொண்டு அப்படியே சற்று நேரம் அமைதியாக இருந்தான். மெதுவாகத் தலையை நிமிர்த்தினான். மெலிதான சன்னமான குரலில், 'வந்தனம்' என்றான்.

'என்ன உனக்கு' என்று இருவரும் ஒரே சமயத்தில் கேட்டார்கள். பதிலாக அவன் ஒரு விரலைச் சுற்றிக் காட்டி மயக்கம் என்று தெரிவித்தான்.

'இப்பொழுது எப்படி இருக்கிறது?'

பரவாயில்லை என்று தலையசைத்தான். மெதுவாக எழுந்திருக்க முயற்சி செய்தான். அவர்கள் உதவி செய்தார்கள். தொடர்ந்து நடந்து நிழலைத் தேடினான். நிழலில் உட்கார்ந்தான். தன் பையைக் காட்டினான். சர்தார்ஜி பையைச் சேகரித்து அவன் பக்கத்தில் வைத்தான்.

நிழலில் உட்கார்ந்தவன் சற்றுத் தெம்படைந்தான். பரிதாபமாக அவர்களைப் பார்த்துச் சிரித்தான். 'நீங்கள் போங்கள். எனக்குச் சரியாகி விடும்' என்றான்.

'என்ன உனக்கு?'

'மயக்கம்.'

'ஆஸ்பத்திரியில் காட்டுவதுதானே? மருந்து சாப்பிடலாமே?'

அவன் தலையசைத்தான்.

'மருந்து வேண்டாம் சற்று நேரத்தில் சரியாகி விடும். நீங்கள் போங்கள்' என்றான்.

அவர்கள் போவதாக இல்லை. அவர்களுடன் ஒரு சிறு பையன் சேர்ந்து கொண்டான். அவன் எதையோ மென்றுகொண்டு 'என்ன

ஆச்சு?' என்று கேட்டதற்கு, அவர்கள் பதில் சொல்லவில்லை. அவன் மேலும் மென்றுகொண்டு மரத்தடியில் எதிரே வெற்றுப் பார்வை பார்த்துக்கொண்டு உட்கார்ந்திருக்க அவனை ஆர்வத் துடன் கவனித்தான்.

'டில்லிக்கு புதிதா நீ' என்றான் இளைஞன்.

'ஆம்' என்றான் மயக்கம் தெளிந்தவன்.

அப்புறம் அவன் மிகவும் பிரயத்தனத்துடன் விட்டு விட்டுப் பேசினான்; 'வேலை தேடி வந்தேன். எம்ப்ளாய் (மெண்ட்) எக்ஸ் சேஞ்சில் பணம் கேட்டார்கள்... வேலை கிடைக்கவில்லை. சர்டிபிகேட் இருக்கிறது... பையில்... எனக்கு ஒரு பெண் இருக் கிறாள்... உன் வயசு இருக்கும் (இளைஞனைப் பார்த்து)... கிராமத் தில் இருக்கிறாள்... தனியாக... அங்கே நிலமெல்லாம் காய்ந்து கிடக்கிறது... என் பெண்... என் பெண்... கல்யாணம் நடந்தது... சே! அதை ஏன் சொல்ல... எனக்கு வேலை கிடைக்கவில்லை. வயசு அதிகமாகிவிட்டது... மயக்கம் வந்து விட்டது... பகவான் என்னைக் காப்பாற்றி இருக்கிறார்... நீங்கள் வராவிட்டால்... வந்தனம்... நான் சரியாகி விடுவேன். திரும்ப கிராமத்துக்குப் போய் விடுகிறேன்... இந்த நகரம் எனக்கு வேண்டாம்... அங்கே என் பெண் தனியாக இருக்கிறாள்... என் பெண்...' அவன் சற்று அழுதான்.

சர்தார்ஜி இளைஞனைப் பார்த்தான். இளைஞன் சர்தார்ஜியைப் பார்த்தான். சிறிய பையனை சர்தார்ஜி போகச் சொன்னான். பையன் தயக்கத்துடன் நடந்து விலகினான்.

'சாப்பிட்டாயா?' என்றான் இளைஞன்.

'இல்லை' என்று பதில் சுருக்கமாக வந்தது.

'எவ்வளவு நாளாக?'

'நேற்றுக் கிடைத்தது.'

'எந்த ஊர் நீ?'

'ஹிஸ்ஸார். ஹரியானாவில்'

இளைஞன் பையிலிருந்து பர்ஸை எடுத்துத் திறந்து ஐந்து ரூபாய் நோட்டைக் கொடுத்தான். சர்தார்ஜி தன் சைக்கிளுக்குச் சென்று,

அதன் கழுத்தில் தொங்கிய காக்கிப் பையில் கைவிட்டு ஒரு புஷ்டியான மாம்பழத்தை எடுத்து வந்து கொடுத்தான்.

அவன் அவைகளை வாங்க மறுத்தான். 'எனக்கு வேலை கொடுங்கள், பிச்சை வேண்டாம்' என்றான்.

'பிச்சை அல்ல, அன்பளிப்பு' என்று அந்த நோட்டை அவன் பையில் திணித்தான். சர்தார்ஜி மாம்பழத்தை அவன் பையில் திணித்தான். இளைஞன் 'என்னுடன் வா. என் வீட்டில் சாப்பிடு' என்று அழைத்தான். ஸர்தார்ஜியும் 'என்னுடன் வா' என்று அழைத்தான்.

'இல்லை நான் போக வேண்டும். திரும்பப் போக வேண்டும். என் பெண் தனியாக இருக்கிறாள். பஸ்ஸில் போகிறேன்... நீங்கள் ரூபாய் கொடுத்து விட்டீர்களே, நான் எப்படித் திருப்பித் தருவேன்?'

'மறந்து போ' என்றான் இளைஞன்.

'மனிதத் தன்மை சற்று பாக்கியிருக்கிறது.'

'உண்மையாக, நீ என்னுடன் வரமாட்டாயா?' என்று கேட்டான். இளைஞன் தன் கடிகாரத்தைப் பார்த்துக்கொண்டு.

'இல்லை. வந்தனம். எனக்குத் தெளிவாகி விட்டது. சரியாகி விட்டது. இன்னும் சற்று நேரம் நிழலில் உட்கார்ந்த பின் நான் போகிறேன். நீங்கள் போங்கள், உங்கள் காரியங்கள், உங்கள் கவலைகளைக் கவனியுங்கள்!'

சற்றுநேரம் செய்வதறியாது அவனையே பார்த்துக்கொண்டு தயங்கிவிட்டு இளைஞன் தன் காருக்குச் சென்றான். சர்தார்ஜி தன் சைக்கிளை விடுவித்தான். சர்தார்ஜி யோசனையில் - ஆதுரத்தில் கீழ்நோக்கித் தன் தலையை ஆட்டிக்கொண்டு சைக்கிளில் ஏறிக்கொண்டான்.

அவர்கள் சென்றதும் மர நிழலில் உட்கார்ந்திருந்தவன் இன்னும் சற்றுநேரம் உட்கார்ந்திருந்தான். பிறகு தன் பையில் திணித்திருந்த மாம்பழத்தை எடுத்து அதன் காம்பைக் கடித்துத் துப்பி விட்டு தோலைப் பற்களால் விலக்கி சுத்தமாக, கொட்டை மொட்டையாகும்வரை சாப்பிட்டான். தோலைக்கூட விடவில்லை. பின்பு எதிரே நடந்து அந்தத் தண்ணீர்க் குழாயில் முகம்

அலம்பிக்கொண்டு நீரருந்தி விட்டுத் திரும்பி மர நிழலுக்கு வந்தான். தன் பையில் இருந்த ஐந்து ரூபாய் நோட்டை எட்டாக மடக்கித் தன் இடுப்பு வேட்டியில் சுருட்டி முடிச்சிட்டு பத்திரமாகச் சொருகிக் கொண்டான். முகத்தைத் துடைத்துக் கொண்டான். சுற்றிலும் பார்த்தான். சாலையில் ஒரு கார் சென்று கொண்டிருந்தது. அந்தக் கார் கண்ணிலிருந்து மறையும்வரை காத்திருந்தான்.

அப்பொழுது சாலை காலியாக இருந்தது. அவன் தன் பையை எடுத்துக் கொண்டு குறுக்கே நடந்து நடுவில் வந்து பையை நழுவ விட்டுவிட்டு மறுபடி அதே இடத்தில் படுத்துக் கொண்டான்.

அந்த நான்கு சாலைகளும் முரண்பாடில்லாமல் வட்டமாக சந்தித்துக்கொண்ட இடத்தில் திருப்பத்தில் அவன் கிடந்தான்.

('கணையாழி' ஆகஸ்டு, 1970)

நிஜத்தைத்

தேடி

கல்யாணமாகி ஒன்பது வருஷத்திற்குப் பிறகு ஒரு ஞாயிற்றுக் கிழமை காலை பதினொரு மணிக்கு கிருஷ்ணமூர்த்தியும் சித்ராவும் ஹாலில் எதிர் எதிரே உட்கார்ந்திருந்தார்கள். பழக்கப்பட்ட மௌனம். கிருஷ்ணமூர்த்தி செய்தித்தாள் படித்துக்கொண்டிருக்க, சித்ரா குக்கர் சப்தம் வரக் காத்திருக்கும் நேரத்தில் தொடர்கதை படித்துக் கொண்டிருந்தாள். மரக்கேட்டைத் திறக்கும் சத்தம் கேட்டது. ஜன்னல் வழியாக எட்டிப்பார்த்தான். சுமார் முப்பது வயது இருக்கக்கூடிய ஒருவன் கையில் தட்டுடன் காலில் செருப்பின்றி தோட்டத்தில் நடந்து வந்தான். 'யாரு?' என்றான். சற்று திடுக்கிட்டு கிருஷ்ணமூர்த்தியைப் பார்த்து தன் சோகக் கதையை காப்ஸ்யூல் வடிவத்தில் சொன்னான். 'ஊருக்குப் புதுசுங்க. வேலை தேடி வந்தேங்க. என் மனைவி காலைல இறந்து போய்ட்டாங்க. பிணம் கிடக்குதுங்க. எடுக்கக் காசில்லை. பெரிய மனுசங்க உதவி பண்ணணும்.'

அவன் வைத்திருந்த தட்டில் சில ரூபாய் நோட்டுக்களும் சில்லறையும் இருந்தன. எதற்கோ கொஞ்சம் புஷ்பங்கள் இருந்தன. ஒரு ஊதுவத்தி புகைந்து கொண்டிருந்தது.

'பார்த்தியா விமலா! இந்தக் குழந்தைங்க படற அவஸ்தையை' என்பதுடன் கதையை நிறுத்திவிட்டு சித்ராவும் எட்டிப் பார்த்தாள்.

அவன் முகத்தில் மூன்று நாள் தாடி, கண்களில் தேவைக்குப் போதுமான சோகம். 'என்னவாம்' என்றாள்.

அவன், 'ஊருக்குப் புதுசுங்க. வேலை தேடி வந்தேங்கம்மா.' என்று தொடங்கி மறுபடி அத்தனையும் சொன்னான்.

மனைவியின் மரணம் என்பது உடனே கேட்பவனை உலுக்கி விடக்கூடிய சோகம். உடனே உள்ளேபோய் பணம் எடுத்துக் கொடுக்க வேண்டியதுதானே, கிருஷ்ணமூர்த்தி அப்படிச் செய்யவில்லை. செய்ய மாட்டான். எதையும் விசாரிப்பான். சித்ராவுக்குத் தெரியும்.

'வீடு எங்கே?' என்றான்.

'இங்கதான் ஸார் கோகுலாப்பக்கம், தெரிஞ்சவங்க வீட்டிலே நிகழ்ந்து போச்சுங்க! சினிமா தியேட்டருக்குப் பக்கத்தில்.'

'சரி. அட்ரஸ் என்ன சொல்லு?'

'போனாப் போறது. ஏதாவது கொடுத்து அனுப்பிடுங்களேன்' என்றாள் சன்னமாக.

'இரு!'

'நான் இந்த பங்களூர் வந்தே மூணே நாள்தான் ஆவறது ஸார்! காலைல இறந்துட்டா!'

'சரிதாம்பா, அட்ரஸ் என்ன, சொல்லேன்!'

அவன் சற்றே யோசித்து, 'மூணாவது கிராஸ்' என்றான்.

'மூணாவது கிராஸ்னா? எச்.எம்.ட்டிலே அவுட்டா? சுந்தர் நகரா? இல்ல கோகுலா காலனிக்குள்ளயா?'

'சொல்லத் தெரியலிங்களே, சினிமா தியேட்டர் பக்கத்தில்.'

'அவனோட என்ன வாக்குவாதம்?'

'இப்ப நீ சும்மா இருக்கப்போறியா இல்லையா? எந்த சினிமா தியேட்டர்யா?'

'என்ன ஸார் இப்படிக் கேக்கறீங்க? இருக்கிறதே ஒரு சினிமா தியேட்டர்தானே! பேர் தெரியாதா உங்களுக்கு.'

'எனக்கு தெரியும். நீ சொல்லு!'

அவன் மறுபடியும் அனுபல்லவியைப் பிடித்தான். 'பங்களூர் வந்தே மூணுநாள்தான் ஆவுது ஸார். காலைல இறந்துட்டா?'

நிஜத்தைத் தேடி / 79

'சரிப்பா. எந்த இடம்? அதைச்சொல்ல மாட்டியா?'

'என்ன ஸார், பொண்டாட்டி செத்துப்போன துக்கத்திலே இருக்கிறேன். என்ன என்னவோ போலீஸ்காரங்க மாதிரி கேக்கறீங்களே. காசு கொடுக்க முடியும். இல்லைன்னு சொல்லிடுங்க ஸார். நான் போகணும், பிணம் கிடக்கு அங்கே!'

'அட்ரஸ் சரியா சொல்லு! தரேன்.

'அதான் சொன்னேனே!'

'சரியா சொல்லு!'

'அய்யோ!' என்றான், 'வேண்டாம் ஸார். என்ன நீங்க!'

சித்ரா எதிர்பார்த்தாள். 'என்ன ஒரு மனிதாபிமானமில்லாத ஆசாமிய்யா நீ' என்று திட்ட ஆரம்பிப்பான் என்று மிகவும் எதிர்பார்த்தாள். அவன் அப்படிச் செய்யாமல் திடுதிப்பென்று அழ ஆரம்பித்தான். தட்டைக் கை மாற்றிக்கொண்டு மௌனமாக அழுதான். 'வரேன் ஸார்' என்று திரும்பி நடந்தான். போகும் போது வாசல் கேட்டை தாளிட்டு விட்டுச் சென்றான்.

கிருஷ்ணமூர்த்தி இந்தச் செயலை எதிர்பார்க்கவில்லை. 'போய் விட்டான்' என்றான்.

'கூப்பிடுங்க அவனை' என்றாள் சித்ரா.

'எதுக்கு? எல்லாம் பாசாங்கு தெரியுமோல்லியோ'

'ப்ளீஸ் அவனைக் கூப்பிடுங்கோ. கூப்பிட்டு ஏதாவது கொடுத்து அனுப்பிடுங்கோ!'

கிருஷ்ணமூர்த்தி சிரித்து... வெளியே பார்த்தான். சற்று தூரத்தில் அவன் தெரிந்தான். இன்னும் அழுதுகொண்டு சட்டையால் முகத்தைத் துடைத்துக்கொண்டே சென்று மறைந்தான்.

'அவன் சொல்றது உண்மையா இருந்தா பளிச்சுனு அட்ரஸ் சொல்லியிருப்பானோ இல்லியோ! ஏன் தயங்கனும். அட்ரஸ் சரியா சொல்லியிருந்தா நான் கொடுத்திருக்க மாட்டேனா!' என்றான்.

'அவன்தான் ஊருக்குப் புதுசுங்கறானே. சரியா அட்ரஸ் சொல்லத் தெரியலியோ என்னவோ!'

'சேச்சே, உனக்குத் தெரியாது சித்ரா. இது பெரிய்ய ராக்கெட்! அவனைப் பார்த்தா மனைவி செத்துப் போனவன் மாதிரியா இருந்தது? திருதிருவென்று முழிச்சானே!'

'எனக்கென்னவோ அப்படிப்படலை! எதுக்கு அழுதான்?'

'அதுவும் அவனுடைய நாடகத்தின் ஒரு பகுதி...'

'ஏதாவது கொடுத்திருக்கலாம்! பா...வம்.'

'மறுபடியும் மறுபடியும் அசட்டுத்தனமாய் பேசறியே! வெளி உலகத்தில் எத்தனை பொய் இருக்கு தெரியுமா? எவ்வளவு ஏமாத்து வேலைகள்... வீட்டுக்குள்ளேயே இருக்கிறவ நீ, பொய்ப் பித்தலாட்டம் நடக்குது தெரியுமா?...'

'எனக்கு அவன் மூஞ்சியைப் பார்த்தா பொய் சொல்றவன் மாதிரி தெரியலை!'

'உனக்கு அந்த அறிவு போதாது.'

'சரி போதாதுன்னுதான் வெச்சுக்கலாம்! அவன் பொய் சொல்றான்னே வெச்சுக்கலாம்!... ஒரு ரூபா ரெண்டு ரூபா கொடுத்துட்டா என்ன தேஞ்சா போய்டுவோம். எவ்வளவு செலவழிக்கிறோம் கன்னா பின்னான்னு.'

'அது வேற விஷயம்! வீடு தேடி வந்து ஆளுங்களை முட்டாள் அடிக்கிறவனுக்கு நாம ஹெல்ப் பண்ணனுமா என்பதுதான் பிரச்னை. இப்ப அவன் நேர வந்து 'ஸார் நான் ஒரு ஏழை. அடுத்த வேளை சோத்துக்கு காசில்லைன்னு' யோக்கியமா வந்து கேட்டிருந்தா ரெண்டு ரூபா என்ன, அஞ்சு ரூபாகூட கொடுப்பேன்... அதை விட்டுட்டு அநியாயத்துக்கு பெண்டாட்டி செத்துப் போனதா சரடு விட்டுட்டு சாவுன்ன உடனே கேள்வி கேட்காம தந்துருவாங்கன்னு ஒரு கதையை ஜோடிச்சி என்ன ஒரு பித்தலாட்டம் பார்த்தியா? இதை எப்படி நாம என்கரேஜ் பண்ண முடியும் சொல்லு?'

சித்ராவுக்கு எத்தனையோ சொல்ல வேண்டும்போல இருந்தது. அவன் கருத்தில் பொய்யேயில்லை என்று சொல்ல வேண்டும் போலிருந்தது. நியாயமாகவே அவனுக்கு இருந்த வேகத்தில் புதுசாக சரணடைந்த வீட்டின் விலாசம் சொல்வதில் குழப்பம் இருந்திருக்கலாம் என்று. நீங்க செஞ்சது எனக்குக் கட்டோடு

நிஜத்தைத் தேடி / 81

பிடிக்கவில்லை என்று சொன்னால் வாக்குவாதம் வரும்... சண்டை வரும். எக்கேடு கெட்டுப்போ என்று சாப்பிடாமல் வெளியே போய்விடுவார்.

குக்கர் பெருமூச்சு விட்டது. சித்ரா உள்ளே சென்றாள்.

கிருஷ்ணமூர்த்தி செய்தித்தாளில் ஆழ்ந்தான், நியூஸ் பிரிண்ட் வார்த்தைகளில் அவன் கவனம் நிலைக்கவில்லை... தான் செய்தது சரிதான் என்பது அழுத்தமாக ஏன் இவளுக்குப் புரிய வில்லை? சுளித்துக் கொண்டு உள்ளே சென்றதிலேயே ஏமாற்றத்தைக் காட்டுகிறாளே, அவளுக்கு என்ன தெரியும்... இங்கிருந்து பேசினான்.

'இப்படித்தான் ஒரு தடவை திருப்பதிக்குப் போறேன்னு ஒரு அம்மா மஞ்சள் புடைவையோட வந்து அஞ்சு ரூபா வாங்கிண்டு போனாளே! என்ன ஆச்சு? தியேட்டர்ல பார்க்கல நாம?'

'ஆமாம்!'

'அப்புறம் அனாதைப் பள்ளிக்கூடம் நடத்தறோம்னு நோட்டீஸ் ரசீது எல்லாம் அடிச்சுண்டு ஒருத்தன் வந்தானே! என்ன ஆச்சு?'

'என்ன ஆச்சு?' என்றாள் உள்ளிருந்து.

'அந்த மாதிரி தெருப் பேரே இந்த ஊர்ல இல்லைன்னு கண்டு பிடிச்சுக் காட்டினேனா இல்லையா?'

'ஆமாம் ஞாபகம் இருக்கு!'

'அப்படி எல்லாம் சுலபமா ஏமாறக் கூடாது! பத்து ரூபாய்க்காக பெத்த தாயையே செத்துப் போனதா சொல்லிடுவாங்க! இந்த உலகத்தில் எத்தனை பொய் இருக்கு தெரியுமா சித்ரா?'

சித்ராவிடமிருந்து பதில் வரவில்லை.

'சித்ரா?'

பதில் இல்லை.

கிருஷ்ணமூர்த்தி பேப்பரை மடித்து வைத்துவிட்டு, சமையல் அறைப் பக்கம் சென்றான். சித்ரா அடுப்படியில் அழுது கொண்டிருந்தாள், திடுக்கிட்டான்.

'இப்ப எதுக்காக அழறே?'

அவசரமாகத் துடைத்துக் கொண்டாள்.

'எதுக்காக இப்ப அழுகைன்னு கேக்கறேன்!' என்று அதட்டினான்.

'ஒன்றுமில்லை.'

'பொய் சொல்லாதே! நான் அவனை விரட்டினதுக்காகவா?'

'இல்லை... இல்லை' விசும்பல்களுக்கிடையே சொன்னாள். 'எனக்கென்னவோ அவனைப் பார்த்தா அவன் பொய் சொல்லலைன்னு தோணித்து... அவன்... திடீர்னு அப்படி விக்கி விக்கி அழுததை நினைச்சுண்டேன்! யாரோ ஒரு ஜீவன் ஏதோ ஒரு துக்கம்... அதில எனக்கும் கொஞ்சம் கொடுத்திட்டுப் போய்ட்டாப்ல ஆய்டுத்து...'

'எல்லாம் பொய்னு எத்தனை தடவை சொல்றது.'

'எப்படித் தெரியும் உங்களுக்கு?' என்று தன்னியல்பாகக் குரலை உயர்த்திக் கேட்டாள். ஒருமுறை அவனை உக்கிரமாகப் பார்த்தாள்.

'எப்படித் தெரியுமா? சொல்றேன்! அனுபவம்டி, வெளில எனக்கு ஏற்பட்ட அனுபவம்! சித்ரா? நீ எல்லாத்தையும் எமோஷனலாய் பார்க்கறே. அதான் உன்கிட்ட தப்பு. நான் ப்ராக்டிகலாப் பார்க்கறேன்'

'சரி, நீங்க சொல்றதுதான் சத்தியம்! நான் அழலை?' என்றாள். 'ஆனா?'

'என்ன சொல்லு. மனசில நினைச்சுண்டிருக்கறதைச் சொல்லிடு!'

'நீங்க சொல்லறாப்பல நிறைய பேர் பொய் சொல்றா, ஏமாத்தறா. தப்பிப்போய் இவன் சொன்னது மட்டும் நிஜமா இருந்து தொலைச்சுடுத்துன்னா... அவ்வளவு துக்கத்தில் இருக்கிறவனை வாசல்ல நிக்க வெச்சு, கேள்வி கேட்டு மடக்கி, அவனும் சொல்லத் தெரியாம முழிச்சு... காசும் கொடுக்காம துரத்திட்டமே, அது தப்பில்லையா? எதுக்காக கேள்வி கேட்கணும்... அவனும் பொய் சொல்கிறானோ நிஜம் சொல்றானோ எக்கேடும் கெட்டுப் போகட்டும். ரெண்டு ரூபாயைக் கொடுத்திருந்தா இத்தனை...'

‘மறுபடியும் மறுபடியும் அதையே சொல்றியே. ரெண்டு ரூபா பெரிசில்லை எனக்கு சித்ரா? பிரின்சிபிள்! அதான் முக்கியம்!...’

‘சரி’ என்றாள் சுருக்கமாக. சற்றுநேரம் மனைவியையே பார்த்தான். ‘ஆல்ரைட்! உனக்கு இன்னும் சமாதானமாகலை! ஒண்ணு செய்யறேன். அவன் என்ன சொன்னான்? தியேட்டர் பக்கத்தில் மூணாவது கிராஸ்னு தானே? தியேட்டர் கிட்டத்தில் தான் இருக்கு மூணாவது கிராஸ். போய் அங்க இருக்கானான்னு விசாரிச்சுண்டு வந்துடலாம்; வா! அப்பத்தானே உனக்கு நிம்மதி ஆகும்! வா! காரை எடுத்துண்டுபோய் ஒரு நிமிஷம் பார்த்துட்டு வந்துறலாம்...’

‘வேண்டாம்! நீங்க சொன்னது எனக்குக் கன்வின்ஸ் ஆயிடுத்து. நான் ஏதோ பைத்தியக்காரத்தனமா அழ ஆரம்பிச்சுட்டேன்.’

‘இல்லை. நீ கன்வின்ஸ் ஆகலை! நான் சொன்னது சரின்னு உனக்கு இன்னும் புரிபடலை!’

‘நான் வரலை! எனக்கு நிறைய வேலை இருக்கு!’

‘நீ வரலைன்னாக்கூட நான் போய்ப் பார்க்கத்தான் போறேன்!’

‘எதுக்காக விதண்டாவாதம்? மறங்க!’

‘இல்லை. இந்தக் கேஸில யார் சரின்னு பார்த்துறணும். நீயா, நானா?’

‘நீங்க சொன்னதுதான் சரி ஒப்புத்துண்டுட்டேனே!’

‘நீ இன்னும் மனசார ஒப்புத்துக்கலை!... உனக்கு ப்ரூஃப் வேணும்தானே? நானே போய்ப் பார்த்துட்டு வந்துடறேன்.’

‘இது என்ன பிடிவாதம்! நீங்க இப்ப அங்க போய் அவன் சொன்னது நிஜம்னே தெரிஞ்சு என்ன செய்யப் போறீங்க?’

‘தோல்வியை ஒப்புத்துண்டு பத்து ரூபா இல்லை பதினைஞ்சு ரூபா கொடுத்துட்டு வந்துடுவேன்! ஆனா அப்படி நடக்காது... நான் லைஃப்ல நிறையப் பார்த்துட்டேன் சித்ரா!’

‘அவ்வளவு ஷ்யூரா இருந்தா, எதுக்குப்போகணும்?’

‘உனக்காகத்தான் சித்ரா, நீ அருவியா அழுதே பாரு? இது தப்புன்னு ஸ்தாபிக்கிறதுக்கு!’

'எனக்கு இப்ப சிரிப்பு வரது!'

'அப்புறம் சிரிக்கப்போறது யாருன்னு சொல்றேன்!'

கிருஷ்ணமூர்த்தி ஷெட்டைத் திறந்து, பெரிய கேட்டைத் திறந்து காரை வெளியில் எடுத்து, சீறிப் புறப்பட்டான். தியேட்டர் ஒரு மைலுக்குள் நிச்சயம் இருக்கும். போய்ப் பார்த்துவிட வேண்டும், மூணாவது கிராஸ் என்றுதானே சொன்னான்? என்னை என்னவென்று நினைத்துக்கொண்டாள். கருணை இல்லாதவன் என்றா? இவளுக்கு என்ன தெரியும்?... கேள்வி கேட்காமல் காசைச் சமர்ப்பிக்க நான் என்ன முட்டாளா?... அழுமூஞ்சி... இப்படித்தான் ஒரு தடவை...

தியேட்டருக்கு அருகில் மூன்றாவது கிராஸ் இருந்தது. அதில் திரும்பு முன்பு வெறிச்சென்ற அந்த சிறிய தெரு பூராவும் தெரிந்தது. தெருவின் நடுவில் ஒரு சட்டி வைக்கப்பட்டு அதனுள் நெருப்பு புகைந்து கொண்டிருந்தது. பச்சை மூங்கில்கள் காத்திருந்தது. ஓரத்தில் தலையில் கைவைத்துக்கொண்டு அவன் மண்ணில் உட்கார்ந்திருந்தான்.

கிருஷ்ணமூர்த்தி சற்று நேரம்தான் தயங்கினான். காரை ரிவர்ஸ் செய்தான். சீறிப் புறப்பட்டான். திரும்பவும் தன் வீட்டை நோக்கி.

'என்ன ஆச்சு' என்றாள் சித்ரா அஸ்வாரஸ்யமாக. 'நான் சொன்னது சரியாப் போச்சு! அவன் சொன்ன மூணாவது கிராஸ் முழுக்க விசாரிச்சுப் பார்த்துட்டேன். ஒண்ணும் இல்லை!'

'அப்படியா? அப்பா எத்தனை பொய்!' என்றாள் சித்ரா.

('அஸ்வினி', ஜூன், 1980)

விதி

விதி

1

பங்களூர் சென்னை சாலையில் 141-வது கிலோ மீட்டரில் இன்று 12.30-க்கு அந்த விபத்து நிகழ்ந்தது. எழுபது கிலோ மீட்டர் வேகத்தில் சென்று கொண்டிருந்த பஸ்ஸின் காபினில் திருமால், முருகன், இயேசுநாதர் இன்ன பிற தெய்வங்களின் படத்துக்கரு கில் அகர்பத்தியும் மல்லிகையும் மணக்க, உள்ளே வீடியோவில் தமிழ்க் கதாநாயகன் 'எப்டி எப்டி?' என்று கேட்டதற்கு, பதில் சொல்ல இயலாதவாறு பெரும்பாலும் பிரயாணிகள் உறங்கிக் கொண்டிருக்க, டிரைவர் ஒரு வளைவில் வேகத்தைக் குறைக்காத போது எதிர்த் திசையில் மோட்டார் சைக்கிள் என்று அவர் நம்பிக்கொண்டிருந்தது ஒற்றைக் கண் லாரியாக சட்டென்று பரிணமிக்க, அதைத் தவிர்க்க இடதுபுறம் அதிகமாகத் திரும்பிய போது மாட்டுவண்டியைத் தாமதமாக கவனித்து ஒரே சரேல் திருப்பம் செய்தும் லாரியின் பின்புறத்தில் நீட்டிக்கொண்டிருந்த டார் ஸ்டீல் கம்பிகள் பஸ்ஸின் வலதுபுறத்தை இரும்பு விரல்க ளால் வருடி, வேகத்தால், இரக்கமில்லாத பௌதிக விதிகளால் பஸ் நிலைகுலைந்து மரத்தை நோக்கி விரைவிலும் விரைவாகச் சென்று மரத்தில் பட்டு சரளையில் மனம் மாறி, இரண்டு டயர்கள் தூக்கிக் கொண்டு சாலையில் உலோகம் தீற்றியதில் மத்தாப்புத் தெறித்துக் கவிழ்ந்து உருண்டு...

பஸ்ஸின் விளக்குகள் அணைந்து போவதற்கு முன் வீடியோ 'எப்டி எப்டி?' என்ற விபத்தில் பதினைந்து பேர் இறந்து போனதாகச் செய்தி வந்தது.

2

கணேஷ் கோர்ட்டுக்குப் போகும் அவசரத்தில் இருந்தான். வஸந்த் ஒன்பது மணிக்குக் கேஸ் காகிதங்களுடன் வரவேண்டியவன். பத்து இருபது.

இன்றைக்கு இந்தத் தறுதலைப் பயலைக் கடிந்துகொண்டே ஆகவேண்டும். அநியாயம், சாக்குச் சொல்வதில் உத்தமன். வஸந்த் இன்றைக்கு எதையும், கவனிக்கப் போவதில்லை. திட்டு? டோஸ்! கதவுப் பொத்தான் அழுத்தப்பட கணேஷ் முகத்தைக் கடுமையாக்கிக்கொண்டு கைக்கடிகாரத்தைக் காட்டிக்கொண்டே திறந்து,

‘ஏன் எத்தனை மணிக்கு வரச் சொன்னேன்?’ என்றான்.

‘பார்டன் மி’ என்றாள் அந்தப் பெண்.

‘ஓ ஸாரி! ஸாரி! வஸந்த், என் ஜூனியர்னு நினைச்சேன். வாங்க, உள்ளே வாங்க.’

‘நீங்க தானே மிஸ்டர் கணேஷ்?’

‘ஆமாம்’ பொறுமையில்லாத கணேஷ், ‘இந்தப் பயலை ஒன்பது மணிக்கு வரச் சொன்னேன். மணி எத்தனை ஆகிறது பாருங்க’ என்று சமாளித்தான்.

‘உக்காருங்க’ என்றான் நாற்காலியைச் சுத்தம் பண்ணிவிட்டு. அந்தப் பெண்ணுக்கு வயது இருபத்தி எத்தனை என்று வஸந்த் சொல்லிவிடுவான். கணேஷ் அதில் அவ்வளவு சமர்த்தனில்லை. அவள் முகம் வாடியிருந்ததை உடனே கவனிக்க முடிந்தது. சமீபத்தில் ஒரு தீவிரமான சோகம் அவளை ஆட்கொண்டிருக்க வேண்டும். தலை வாரப்படாமல், புடைவை கசங்கி, கண்கள் அழுத்தி உப்பியிருப்பதைப் போல்.

‘யூ ஸீம் டுபி இன் ட்ரபிள். சமீபத்தில் ஏதாவது துக்கமா?’

கேட்டது தப்பாய்ப் போயிற்று. அவள் படக்கென்று அழ ஆரம்பித்து விட்டாள். கைப்பையிலிருந்து சின்னதாகக் கைக்குட்டை எடுத்து மூக்கைப் பழமாகத் தேய்த்துத் தேய்த்து

அழுதாள். கணேஷுக்குத் தர்மசங்கடமாக இருந்தது. 'ஸாரி, ஸாரி! என்ன ஆச்சுன்னு சொன்னீங்கன்னா.'

'எங்க அண்ணன் இறந்து போயிட்டான்.'

'ஓ, ஐம் எக்ஸ்ட்ரீம்லி ஸாரி.' வேறு என்ன சொல்வது? யாரோ ஒரு பெண், யாரோ ஒரு அண்ணன். மனம் முழுவதும் இன்றைக்கு டெம்பரரி இன்ஜங்ஷன் வியாபித்துக் கொண்டிருந்தது. இந்தப் பயல் வஸந்தைக் காணாதபோது கோர்ட்டுக்கு விஷமாக நேரம் ஏறிக் கொண்டிருந்தபோது ஆபீஸ் அறையில் நுழைந்த உடன் திடுதிப்பென்று அழும் பெண்ணிடம் வேறு என்ன சொல்ல முடியும்? வஸந்த் மார்போடு சட்டப்புத்தகங்களை அணைத்துக் கொண்டு, 'ஒதுங்கு, ஒதுங்கு' என்று உள்ளே வந்தான். அந்தப் பெண் சுதாரித்துக் கொள்ளட்டும் என்று, 'வா வஸந்த்! ஏன் சீக்கிரம் வந்துட்ட!' என்றான்.

'ஆ பாஸ்! என்ன ஆச்சு, வர வழியில பஸ்ஸை நிறுத்திட்டாங் களா?...'

'த பார் பொய்யெல்லாம் கோர்ட்டில் போய்ச் சொல்லிக்கலாம். கேஸ் பாத்தியா? நான் இன்னும் ஒரு அட்சரம் பார்க்கலை.'

'பார்த்தேன் லட்டு மாதிரி இருக்கு. ப்ரொவிஷன்! ஆர்டர் 39-ரூல் 1ஸ்டேட்டஸ் கோ வாங்கிடலாம். இஃப் எனி, ப்ராப்பர்ட்டி இன் டிஸ்ப்யூட் இன் எ ஸூட் ஈஸ் இன் டேஞ்சர் ஆஃப் பீயிங் வேஸ்டட்... ஹாய்! இது யாரு?'

வஸந்த் அப்போதுதான் அந்தப் பெண்ணைக் கவனித்தான். 'இது வந்து... உங்க பேர் என்ன சொன்னீங்க...?'

'பிரசன்னா' என்றாள்.

'ஏன் அழறீங்க?'

'ஷி லாஸ்ட் ஹர் பிரதர்.'

'அடடா! அதுக்கெல்லாம் அழுவாங்களா? போறவன் போயிட்டான்! நெருநல் உளனொருவன் இன்றில்லையென்னும் பெருமை உடைத்து இவ்வுலகு. வாங்க வாங்க, கண்ணைத் துடைச்சுக்குங்க, கம், கம், ஒரு ஜோக் சொல்லட்டுமா?'

அவள் இப்போது சமாளித்து 'ஸாரி' என்றாள்.

கணேஷ் கேஸ் காகிதங்களை வாங்கிக்கொண்டு 'பதினொண் ணுக்கு கோர்ட் போகணும். அதுக்குள்ளே படிச்சுடறேன். இவங்களை என்னன்னு விசாரி' என்றான்.

வஸந்த் அவளெதிரே உட்கார்ந்து 'ச்ச்ச்... கிரிக்கெட் பால் மாதிரி கன்னமெல்லாம் சிவந்து- என்ன ஆச்சு? அண்ணா போனாப் போறான். இப்ப பாஸ் இல்லையா? அவரை அண்ணன்னு நினைச்சுக்குங்க. என் பேரு வஸந்த். ஒங்களை எங்கேயோ பார்த்த ஞாபகமா.' என்று இழுத்தான்.

கணேஷ் ஃபைலிலிருந்து நிமிர்ந்து 'வஸந்த்! நாட் ஸோ ஸூன்' என்றான்.

'என்ன விஷயம் சொல்லுங்க?'

'பத்து நாளைக்கு முன்னால் பங்களூர் ரோடிலே ஒரு ஆக்ஸி டெண்ட் நடந்தது.'

'ஆக்ஸிடெண்ட் தினம்தான் நடக்குது. விஷயம் என்ன சொல்லுங்க?'

'எங்க அண்ணன் அந்த விபத்தில செத்துப் போயிட்டான்.'

'இன்சூரன்ஸ்காரங்க பணம் தரமாட்டேங்கறாங்களா?'

'இல்லை மிஸ்டர் வஸந்த்... நான் வந்தது மற்றொரு விஷயத்துக் காக.'

'சொல்லுங்க, ஷூட்'

'மிஸ்டர் வஸந்த்! உங்களுக்கு விதியில் நம்பிக்கை உண்டா?'

'விதி?'

'ஆமாம்.'

'ஃபேட்? டெஸ்டிட்னி? ஊழ்?'

'ஆமாம்.'

'ஊழின் பெருவலி யாவுள மற்றொன்று சூழினும் தான் முந்துறும்.'

கணேஷ் 'அய்யோ!' என்று தலையில் அடித்துக் கொண்டான். 'வஸந்த் ரெண்டு நாளாத் திருக்குறளை வெச்சுக்கிட்டு உசிரை வாங்கறே.'

'பின்னே என்ன பாஸ். திடுதிப்புன்னு விதியில் நம்பிக்கை இருக்கான்னு லேன் மாறினா? நீங்களே சொல்லுங்க எதுக்காக இப்ப திடுதிப்புன்னு ஊழ்?'

'எங்க அண்ணன் செத்தது விதியாலதான்னு அப்பா சொல்றாங்க. எனக்கு அதில் நம்பிக்கையில்லை.'

'பஸ்ஸில விபத்தில செத்துப்போனா வழக்கமா விதின்னுதான் சொல்வாங்க. அதான் மரபு.'

'அன்னைக்கு அவன் பங்களூருக்கு எதுக்கு போகணும்னே எனக்கு புரியலீங்க?'

'எனக்கும் புரியலை. பத்து நிமிஷத்துக்குள் சொல்ல வேண்டியதைச் சொல்லிடுங்க. முக்கியமா நாங்க அதாவது கணேஷ் வஸந்த்ன்னு இரண்டு வக்கீலுங்க எங்க வராங்க? அதையும் சொல்லிட்டீங்கன்னா உபகாரமாக இருக்கும். இதுவரைக்கும் கேஸ் ஏதும் இருக்கிறதா எனக்குக் கண்ணுக்குத் தென்படலை. பொதுவா விதின்னுதான்.'

'எங்கப்பா பேரு பாலசந்திரன். மெட்ராஸ் பாக்கர்ஸ் ப்ரொப்ரைட்டர். அந்த விபத்து நடந்த அன்னிக்கு ராத்திரி எங்க அண்ணன் துணிகளுக்கெல்லாம் சோப்புப் போட்டான். சாப்பிட்டான். நானும் அவனும் உக்காந்துக்கிட்டு டி.வி. பார்த்துக்கிட்டு இருந்தோம்... ஒடிஸ்ஸி நடனம்...'

'இவ்வளவு விவரம் வேண்டாங்க. மைல்டா வெச்சுக்கிட்டாப் போதும்.'

'இல்லை வஸந்த். இதெல்லாம் எதுக்குச் சொல்ல வரேன்னா பங்களூருக்கு அரை மணியில் கிளம்பிச் செல்லப் போகிறவன் செய்யற காரியங்களா இது? டி.வி. பார்த்துக்கிட்டே அந்த டான்ஸைக் கேலி பண்ணிக்கிட்டே இருக்கோமா. போன் வரது. அதை எடுத்துக் கேட்டான். சரி வரேன்னு ரெண்டு வார்த்தைதான் சொன்னான். எங்கிட்ட வந்தான். 'பிரசன்னா...'

'பங்களூர் வரைக்கும் அர்ஜெண்டாக் காரியம் இருக்கு. ஒரு நடை போயிட்டு வந்துடறேன்னு சொல்லிட்டுப் போயிட்டு ஆக்ஸிடெண்ட்!'

'ஐ காட்ச் தி பாய்ண்ட்! இது விதி கேஸ்தான்'

அந்தப் பெண் வஸந்த் முடிப்பதற்குக் காத்திருந்து விட்டு நிதானமாக, 'மிஸ்டர் வஸந்த்! அவன் அப்படி ஒண்ணுமே சொல்லலை. வெளியே போயிட்டுப் பதினைஞ்சு நிமிஷத்திலே வரேன். பால் சுடப்பண்ணி வெச்சிருன்னான். செருப்பை மாட்டிக்கிட்டான். கிளம்பினான். அவ்வளவுதான்?'

வஸந்த் சற்று யோசித்தான். 'ஓ அப்படியா! பங்களூர்ல யாரு இருக்காங்க?'

'இன்னொரு ஆச்சரியம் பாருங்க. பங்களூர்ல எங்களுக்குத் தெரிஞ்சவங்களோ உறவுக்காரங்களோ யாரும் இல்லை.'

'சொல்லுங்க' என்றான் வஸந்த் டெலிபோன் டைரக்டரியைப் புரட்டிக்கொண்டே.

'பொட்டி, துணி ஏதாவது, எடுத்துக்கிட்டானோ?'

'இல்லை! போன் வந்தது. செருப்பை மாட்டிக்கிட்டான். இதோ வரேன்னு...'

'சொல்லிட்டீங்க. 'பால் சுடப்பண்ணி' எட்ஸெட்ரா...'

'ராத்திரி முழுக்க எங்க போனான், எங்க போனான்னு மண்டையை உடைச்சிக்கிட்டு இருக்கோம். அப்பா தூங்கவே இல்லை. காலைல டெலிபோன் வருது. அந்த பஸ் கம்பெனி என்னவோ ட்ராவல்ஸ்! அவங்க கிட்டருந்து தாமோதரன்னு ஒருத்தர் உங்க வீட்டில் இருந்தாரா...'

'இருந்தாராவது'ன்னு திகைச்சுப் போயி...'

'புரியுது.'

'அலறி அடிச்சிக்கிட்டு அந்தக் காரை எடுத்துக்கிட்டுப் போறோம்! வஸந்த்! வாழ்நாளில் மறக்க முடியாத காட்சி! சின்ன லோக்கல் பண்டோ, என்னவோ ஆஸ்பத்திரி. அதில வராந்தாவில் பதினைஞ்சு பாடி! அதில அண்ணா! அதே சட்டை, அதே பாண்ட். மண்டையில புறப்பட்டு ஒரே ஒரு ரத்தக்கோடு முகத்தில...''

'ஓ நோ!'

'எங்களுக்கு எப்படியிருக்கும் சொல்லுங்க.'

'ச், ச், ச்ச். வெரி அன்ஃபார்ச்சுனேட். ஆனா ஒரு சந்தேகம்.'

‘எங்ககிட்டே எதுக்கு வந்தேன்னு கேக்கறீங்க!’

‘க்ளெவர்! நாங்க ரெண்டு பேரும் வக்கீல்.’

‘பஸ் கம்பெனி மேல கேஸ் போடணும்னா போடலாம்.’

‘உங்க அண்ணா சம்பாதிச்சுக்கிட்டு குடும்பத்தைக் காப்பாத்திட்டு இருந்தாரா?’

‘எங்களுக்குக் கடவுள் புண்ணியத்தில் சொத்தெல்லாம் இருக்குது. கேஸ் ஏதும் போட வேண்டாம்.’

‘பின்ன?’ என்றான் மலைப்புடன்.

‘அவன் எதுக்காக பங்களூர் போனான்? அவனைக் கூப்பிட்டது யாரு? அந்த போன் கால் என்ன?’

‘கண்டுபிடிக்கணுமா?‘’

‘ஏன் பங்களூர்ல என்ன? அங்க யாரையும் தெரியாது! எல்லா விதமான தொடர்பும் இல்லாத நகரத்துக்குத் திடீர்னு பஸ் பிடித்துப் போகக் காரணம் என்ன? விதி அவனைக் கூப்பிட்டதா? எந்த விதி? என்ன விதி? இதை நான் தெரிஞ்சுக்க விரும்பறேன். இதுக்கு என்ன செலவானாலும் சரி.’

‘இதைத் தெரிஞ்சுக்கிறதால உங்களுக்கு?’

‘ஏதும் லாபமில்லை. ஒப்புத்துக்கறேன். இருந்தாலும் அவன் போனதுக்கப்புறம் சின்னச்சின்ன விஷயங்களுக்கெல்லாம் பயந்து சாகறேன்! வீட்டிலேயிருந்து வெளியே கிளம்பறதுக்கு லேட்டாச்சுன்னா எனக்கு ஏதோ விபத்து நிகழப்போகிறது. அதனாலதான் விதி இப்படி லேட் பண்றது. சாலையில இடது பக்கமாக நடந்தால் என் விதி. அந்த பஸ் டயர் பங்க்சர் ஆகி என்மேலே வந்து மோதப் போறது! வலது பக்கம் போகலாம்... வலது பக்கத்தில் எலக்ட்ரிக் ஒயர் விழுந்தா? இயல்பா நடக்கிற எதிலயும் நம்பிக்கை போய் எல்லாத்திலேயும் பயம் வந்துடறது. ஸ்விட்சைப் போடறப்ப, மாடிப்படி இறங்கறப்ப விதி! மரணம் நம்மைச்சுத்தி எங்கப் பார்த்தாலும் இருக்குது. சந்தர்ப்பங்களை வெச்சுக்கிட்டு, காத்துக்கிட்டு! இப்பக்கூட உங்களைப் பார்த்ததும் ஒரு மாதிரி பயம் வந்தது... இந்த ஆள்...’

‘ஓ மை காட்! நான் ரொம்ப சாதுங்க! ஒரு பூச்சியைக்கூட உபத்திரவம் பண்ணமாட்டேன்.’

‘இல்லைங்க என்னுடைய மென்டல் அக்னி - அவஸ்தையை உங்களுக்குச் சொல்ல...

‘அவஸ்தைப்படறீங்க தெரியுது. அதாவது நாங்க வந்து உங்க அண்ணன் எதுக்காக பங்களூர் போகத் தீர்மானிச்சார்னு கண்டுபிடிக்கணும்?’

‘நீங்க என்ன நினைக்கிறீங்க. அவனுடைய விதி அவனைச் செலுத்தியதா?’

‘இப்ப ஒண்ணும் சொல்றதுக்கில்லைங்க. என்னைப் பொறுத்த வரையிலே விதியை அப்பப்ப சந்திச்சு ‘ஹலோ’னிருக்கேன், அத்தனை பழக்கம் இல்லை. அதுபாட்டுக்கு அந்தப்பக்கம், நான் இந்தப்பக்கம் சைடு வாங்கிடுவேன். உங்க கேஸ் இன்ட்ரஸ் டிங்காத்தான் இருக்குது. எதுக்கும் கணேஷ்கிட்டப் பேசிட்டு உங்களுக்குப் போன் பண்றேன். ஸெவன் ஃபோர் டபிள் த்ரீ ஸெவன்தானே?

அவள் சற்று ஆச்சரியப்பட்டு ‘எப்படிங்க தெரியும்’ என்றாள்.

‘உங்க விதி! ஊழ்! உங்க நம்பர் 74337-ன்னு இறைவனே படைச் சிருக்கானே.’

‘விளையாடாதீங்க பயமா இருக்குது’

‘பயப்படாதீங்க. நீங்க பேசிக்கிட்டு இருக்கறப்ப டைரக்டரியில உங்கப்பா பேரைப் பார்த்தேன். எதுக்கும் உங்க அண்ணன் பேரு, மற்ற விவரங்கள் எல்லாம் குறிச்சுக் கொடுங்க. ஒரு வாரத்துக் குள்ள தகவல் சொல்றேன். ஆனா?’

‘ஆனா?’

‘என்ன தகவல் கிடைச்சாலும் பரவாயில்லையா?’

‘பரவாயில்லைங்க.’

‘சில சமயம் உண்மைகளைத் தேடறது அவ்வளவு நல்லதில்லை. உண்மை உறங்கினா பல பேருக்கு சொஸ்தம், அதுக்குப் பதிலா ஒரு ஜெர்மன் படம் பார்க்கலாம். ஃபாஸ் டைனடர்னு ஃபிலிம் சொஸைட்டியில பாஸ் இருக்குது.’

'தாங்க்ஸ்; ஐ'ம் நாட் இன் ஏ மூட். இதுக்கு எவ்வளவு செலவானாலும் சரி...'

'எங்ககிட்ட வந்துட்டீங்கல்ல. ஒழிச்சுக் கட்டிடறோம் கவலைப் படாதீங்க.'

'தாங்க்ஸ்' ஒரு காகிதத்தில் விவரங்களைக் குறிக்கும்போது வஸந்த் அவளைக் கவனித்தான். தலைமயிரைச் சரிபண்ணிக் கொண்டு மடிமேல் நோட்டுப் புத்தகத்தை வைத்துக்கொண்டு அழகான கையெழுத்தில் எழுதிக் கொண்டிருந்தவளை,

'கையெழுத்துப் பார்த்தா அதிகம் செலவாளின்னு தெரியுது' என்றான் வஸந்த்.

'அப்படியா?' என்று நிமிர்ந்து அவனிடம் காகிதத்தைக் கொடுத்து, 'எப்ப போன் பண்ணட்டும்?' என்றாள்.

'நானே போன் பண்றேன்' என்றான் வஸந்த். 'ஸாரி? கீழே விழுந்திருச்சு' என்றான்.

அவள் பேனாவை எடுத்துக் கொடுத்துவிட்டு குட்பை என்று சொன்னாள்.

'எதுக்கு பாஸ் சிரிக்கிறீங்க?'

'நீயும் ட்ரை பண்ணிப் பார்த்தேடா, கையெழுத்து நல்லாயிருக் கேன்னே, பேனாவைக் கீழே போட்டே!'

'ம்! பேரலை! ரொம்ப துக்கம் போலிருக்கு. துக்கம், வெக்கம் அறியாதும்பாங்க. இந்தப் பொண்ணு மேல் புடைவையை இழுத்துக் கட்டிக்கிட்டுன்னா பேனாவைப் பொறுக்குது!'

'ஏண்டா இப்படி அலையறே!'

'இந்தப் பொண்ணு துக்கம் எல்லாம் மறைஞ்ச பிற்பாடு கொஞ்சம் அழகாவே இருக்கும்னு தோணிச்சு. கேஸைக் கேட்டீங்களோ?'

'ஏதோ கொஞ்சம் கொஞ்சம். என்னவாம்?'

'விதி உண்டா, இல்லையா - அதான் கொஸ்சின்? இந்தப் பெண்ணோட அண்ணன் டி.வி. பார்த்துக்கிட்டு இருந்தானாம். பொடி நடையா ஒரு தம் அடிச்சுட்டு வரேன்னு கிளம்பிப்

போனான், அப்புறம் ஆளு காணோம். மறுநாள் பார்த்தா பேப்பர்ல பேரு! பங்களூர் பஸ்ஸில் ஆக்ஸிடெண்டில அய்யா லிஸ்ட்டில இருக்கார்! ஏன்ங்குது பொண்ணு!'

'பங்களூர்ல யாராம்?'

'யாரும் கிடையாதாம்! துணிமணி, பொட்டி, படுக்கை கிடையாது. ஒரு போன் கால்! புறப்பாடு! அப்புறம் காலை பஸ் கம்பெனியிலிருந்து போன் கால்! எப்படி இருக்கு!'

'இன்ட்ரஸ்டிங்'

'ஏம் போனான்? விதியா! பாஸ் உங்களுக்கு விதியின் பேரில் நம்பிக்கை உண்டா?'

'உண்டு.'

'இஸ் இட்!'

'நான் சொல்றது விஞ்ஞானத்தின் விதி. மொத்தம் நாலே நாலு விதிகள்தான் பிரபஞ்சத்தில் உண்டு. க்ராவிடேஷன், ரேடியோ ஷன், வீக் அண்ட் ஸ்ட்ராங், நியூக்ளியர் ஃபோர்ஸஸ்.'

'சரிதான். கேள்வி பதில்லாம் நிறைய படிக்கறீங்க போல...'

'இல்லை! கார் ஜுக்காவ்.'

'அது என்ன காவோ... இப்ப நாம ரெண்டு பேருமே இரண்டு வர்ஜின்ஸ்தான் இல்லியா?'

'நீயா வர்ஜின்? ஏண்டா டேய், நீ பார்க்காத கேஸாடா! இப்ப நீ பங்களூர்ல பஸ்ல திடுதிப்புன்னு புறப்பட்டுப் போனேனா, நான் கேள்வியே கேக்க மாட்டேன். ஊருக்கு ஊர் கேர்ள் ஃபிரண்ட். அவ பேரு என்ன இரான்காரன் கேஸ்ல வந்தாளே?'

'அதை விடுங்க பாஸ் கல்யாணம் ஆயி கர்ப்பமாயி பும்சவன்ப் கூட ஆயிருச்சு. இப்ப இந்தக் கேஸை எடுக்கலாங்கறீங்களா? ஒரு மூணு நேரம் முக்கினா விஷயம் வெளியே வந்துரும்.'

'இப்ப இல்லை! இப்ப இன்ஜங்ஷன். ப்ரைமாஃபேஸி கேஸ் இருக்கு. நம்ம பார்ட்டிக்கு சக்ஸஸ் ஆறதுக்கு சான்ஸ் இருக்கு போட்டுட வேண்டியதுதான். மூணு நாளைக்குப் பேசப்படாது...!

3

'மிஸ்டர் கணேஷ்! எதுக்காக இந்த இன்ஜக்ஷன்?'

'யுவர் ஆனர்! கேஸ் நடந்து கொண்டிருக்கும்போது ப்ராபர்ட்டியை விக்கறதுக்கு முயற்சி பண்றாங்கன்னு என் கட்சிக்காரர் பயப்படற தால...'

'பட் தட்ஸ் என் அஃபென்ஸ். அதுக்கு ஆதாரம் இருக்கா?'

'ப்ரிசைஸ்லி யுவர் ஆனர். நாங்க கேக்கறது. ஸ்டேட்ஸ்கோ. இதுக்கு உங்களுக்கு ஜுடீஸியல் டிஸ்க்ரிஷன் இருக்குங்கறதை முழுதும் உணர்ந்துதான் கேக்கறேன். அஃபிடவிட் வெச்சு நிரூபிக்கிறோம். டிஃபெண்டண்ட் ப்ராப்பர்ட்டியை டிஸ்போஸ் பண்ண முயற்சி செய்துக்கிட்டு இருக்கார்ங்கறதை.'

'யூ வாண்ட் எ டெம்பரரி இன்ஜக்ஷன்?'

'எஸ் யுவர் ஆனர். நாலு கண்டிஷனும் ஒத்து வருது.'

'பட் தட்ஸ் எ ஃபெய்ட் அக்காம்பிளி!'

'எப்படிச் சொல்றீங்க யுவர் ஆனர்'

'கேஸ் உங்க பக்கம் ஜெயிக்கப் போறதுன்னு எப்படி நீங்க அஸ்யூம் பண்ணிக்கலாம்?'

'ரீஸபில் ப்ராப்பிலிட்டி யுவர் ஆனர்!' என்றான் கணேஷ், பிரதி வாதி வக்கீல் அவனைப் பார்த்து முறைப்பதைக் கவனிக்காமல்.

கோர்ட் கொஞ்ச நேரத்திற்குப் பிறகு, 'க்ராண்டட்' என்றதும் கணேஷ் சற்று உற்சாகத்துடன் வெளியே வந்தான். 'கணேசா! குட்டையைக் குழப்பிட்ட, உங்காட்டில் மழை!' என்றார் ஈச்சு.

'பாஸ்! கைகுடுங்க! கிடைக்காதுன்னு நினைச்சேன். இதில் பார்த்தீங்களா, மறைமுகமா கேஸ் நமக்கு ஜெயிக்கப் போறதுன்னு கோர்ட் ஒப்புத்துக்கிட்டாப்பல ஆயிருச்சு.'

'அதை நான் அதிகமா விரட்டலை! விரட்டக் கூடாது. ஈஸ்வர மாமாதான் கொஞ்சம் சுஸ்தாயிட்டார்.'

'ஜெயிச்சாச்சு.'

‘சொல்ல முடியாது. அப்பீல் இருக்கலாம். இப்போதைக்கு வெற்றி.’

‘வாங்க விழுப்புண்களை நக்கிக்கிட்டே காப்பி சாப்பிடலாம். மத்தியானம் காதர்பாய் கேஸு.’

‘வேணுகோபால் அப்பியர் ஆறாரு. நமக்கு எதிரா.’

‘சில வேளையில் ரொம்பப் பெரிய வக்கீல் எதிரியா இருக்கிறது நமக்குச் சாதகம்!’

இருவரும் கோர்ட்டு கட்டடத்தை விட்டு வெளியே வரும்போது வானத்தில் யாரோ முரசடிக்கப் பழகிக் கொள்வதைப்போல இடி இடித்தது.

‘த பார்றா ஏப்ரல்ல மழையா?’

‘கணேஷ் காப்பியை உறிஞ்சுக்கொண்டே சிந்தித்தான்.

‘என்ன பாஸ் யோசிக்கிறீங்க?’

‘ப்ளெயிண்டிஃப் டிஃபெண்டண்டுன்னு ஏதோ ஒரு மூலைல யாரோ ஒருத்தன் துண்டு நிலத்தை விக்கறதை இன்னும் எத்தனை வருஷத்துக்கு இதே கோர்ட்டுல குப்பைக் கொட்டப் போறோமோன்னு மலைப்பா இருக்கு வஸந்த்.

‘ஏதோ நம்ம விதி அப்படி.’

‘மறுபடி விதி.’

‘ரஷ்யாக்காரனானா எதையும் பத்திக் கவலைப்படாம ராக்கேஷ் சர்மாவை அழைச்சுக்கிட்டு 6.38-க்கு ப்ளாஸ்ட்டுன்னான். 6.38க்கு ராக்கெட் கிளம்புது. 10 செகண்டில கை தட்டி கை குலுக்கியாச்சு. ஸ்பேஸ்ல போயாச்சு! அவர்களுக்கெல்லாம் விதி உண்டா?’

‘அவன் விதி டயலெக்டிக்கலிலயும் மார்க்ஸிலயும் இருக்குது ஏதாவது ஒரு விதி! பாஸ், ராகேஷ் சர்மா ஸ்பேஸ்ல போனானே... நம்ம ஈஸ்வர மாமா என்ன கேட்டுது தெரியுமா? ஏண்டா அவன் கொல்லைப் பக்கம் போணும்னா? எப்டி இருக்கு?’

‘அவருக்கு ஒரு வேளை கான்ஸ்ட்டிப்பேஷனா இருக்கும்.’

‘அய்யோ பிரம்ம சௌச்சம்! நான் சொன்னேன். சுவாமி அதைக் கூட ரஷ்யாக்காரன் மைக்ரோவேவ்ல அனுப்பிச்சு கஜாக்கிஸ் தான்ல டிஸ்போஸ் பண்ணிடுவான்னேன்! நம்பறது!’

அவர்கள் கிளம்புகையில் மழைத்துளிகள் ஒத்துழைத்து காரில் நுழைவதற்குள் உல்லாசமாக நனைந்து விட்டார்கள்.

‘காலைல பார்த்தமே அந்தக் கேஸு’ என்றான் வஸந்த்.

‘பஸ் விபத்து!’

‘ஏன் என்ன இப்ப அதைப்பத்தி?’

‘கொஞ்சம் விசாரிக்கட்டுமா?’

‘என்ன திடீர்னு இண்ட்ரஸ்டு. நான் அந்த பெண்ணைச் சரியாப் பார்க்கல! ஆமா என்னது திடீர்ன்னு திருக்குறள்ளப் புகுந்துட்ட?’’

‘அது வந்து நம்ம சீதாராம் இல்லை, அவனுக்கு ஒரு கஸின் இருக்கா, குறள்ள விளையாடுது. அதுக்காக அங்கங்க ஒண்ணு ரெண்டு குறள் ஹி, ஹி...’

‘காமத்துப்பால் வந்துட்டியா?’

‘இல்லை. இன்னும் ‘வரைவின் மகளிரை’ விட்டே வரலை!’

‘உருப்படமாட்டே.’

அந்தப் பெண் கொடுத்த குறிப்புகளைப் பார்த்தான்.

‘ஜமுனா டூரிஸ்ட்! என்னவெல்லாம் பேரு?’

‘என்ன?’

‘அந்த அண்ணன் போன பஸ் கம்பெனி பேரு. பாஸ்! எல்லாம் மூர்மார்க்கெட் தாண்டினப்புறம் இருக்கும். மத்தியானத்துக் குள்ள விசாரிக்கலாமே!’

‘த பாரு இந்த விசாரிப்பு அவ்வளவு முக்கியமில்லை!’

‘ஆமாமாம். முக்கியமில்லைதான். சின்னதா ஒரு பக்கம் ரிப்போர்ட் கொடுத்துட்டு சுட்டி!’

‘ரெண்டு நாள் கழிச்சுக் கூடப் பார்த்துக்கலாம்.’

‘இப்ப கொஞ்சம் டயம் இருக்கேன்னு முடிச்சுரலாம்னு பார்த்தேன்.’

‘ஒழி. எங்க போகணும்?’

‘சொன்னேனே மூர்மார்க்கெட்!’

கணேஷ் சென்ட்ரல் வந்து மூரைத் தாண்டி போலீஸ்காரனைத் தாண்டி சந்து சந்தாக இளைப்பாறிக் கொண்டிருந்த வீடியோ கோச் பிரதேசத்தில் நிறுத்தினான். ‘போய்க் கேளு.’

வஸந்த் இறங்கி ஜனதா டூரிஸ்ட்டில் ஜமுனாவை விசாரித்தான். அங்கிருந்து பத்தடி தானாம். பத்துக்கு எட்டு அறையில் டயல் பூட்டப்பட்ட டெலிபோன் காலண்டரில் ரேகா, அதனருகில் மேசை, மேசையருகில் கொட்டை கொட்டை எழுத்தில் போர்டு. நாகப்பட்டிணம், திருநெல்வேலி, மதுரை, சேலம், பங்களூருக்கெல்லாம் தினசரி உல்லாச பயணமாம். சாமி படம், வீடியோ சகிதமாய் பஸ் படம். ஓரிரண்டு டயர்கள், பட்டு வேஷ்டியில் புக்கிங் கிளார்க். திரைச்சுவை, வண்ணத்திரை, சினிமிக்ஸ், ஜெமினி சினிமா, பொம்மை...

‘என்னங்க, தின்னவேலியா, மதுரையா?’

‘இல்லைங்க மெட்ராஸ் தாங்க.’

‘லோக்கல் ட்ரிப்பா! அது இங்கிருந்து இன்னும் ஆறு கடை தள்ளிப் போனீங்கன்னா ஜமால்னு.’

‘இருங்க, இருங்க, உங்க பேர் என்ன?’

‘சீனிவாச வரதன்; சொல்லுங்க.’

‘பத்து நாளைக்கு முன்னாடி உங்க பஸ் ஒண்ணு ஆக்ஸிடெண்ட் ஆயிடுச்சே பங்களூர் பாதையில.’

உடனே சீனிவாச வரதன் உஷாராகி, ‘நீங்க போலீஸா?’ என்றான்.

‘இல்லை. பயப்படாதீங்க. அந்த பஸ்ல பிரயாணம் பண்ண ஒரு ஆசாமியைப்பத்தி கேக்க வந்தேன்.’

‘அதெல்லாம் அப்பவே லிஸ்ட் போட்டு மாலை முரசிலகூட வந்திருந்ததே அட்ரஸோட.’

டெலிபோன் அடிக்க அதை அவன் எடுத்துக் கேட்டுவிட்டு ‘மூணு- நாலு புக்காயிருச்சே. டயர் மேல் இல்லாமதானே! ஒம்பது பத்து கொடுக்கறேன்... பேர் சொல்லுங்க.‘’

வஸந்த் சுற்றிலும் பார்த்தான். அவன் எழுதுவதைப் பார்த்தான். அவன் டெலிபோனை வைத்துவிட்டு ‘இப்ப புக்கிங் டயம். அப்புறம் வாங்க. ஏதாவது வேணும்னா முதலாளிகிட்ட கேட்டுக் கங்க. அவர்தான் ஆக்ஸிடெண்ட் விவரம் முழுக்க பார்த்துக் கிட்டார்’ என்றான். ‘இந்தாங்க காம்ளிமெண்ட் எங்க கம்பெனிது!’

வஸந்த் கொடுத்த பால்பாயிண்டைப் பார்த்ததும் கொஞ்சம் தயங்கினான். ‘பச்சை, சேப்பு, கருப்பு மூணும் எழுதும். ரீஃபில் கூட இருக்குது. உங்களுக்கு ட்ரிப் ஷீட் எழுத சௌகரியமா இருக்கும்.’

‘என்ன கம்பெனி சொன்னீங்க?’

வஸந்த் சினிமா பத்திரிகைகளை ஒருமுறை பார்த்து, ‘சுஜாதாதான்! நம்ம பாலாஜிசார் கிட்டத்தான். ஃபிலிம் கம்பெனி!’

‘உக்காருங்க. டேய் அந்த ஸ்டூலை எடுத்துப் போடு. என்ன சாப்பிடறீங்க?’

‘பாதாம் மில்க்! நான் பே பண்றதா இருந்தா.’

‘டேய் போய் ரெண்டு பாதாம்பால் கொண்டுவா.’

‘அப்படியே ஒரு பாக்கெட் வில்ஸ் என்று வஸந்த் பத்து ரூபாய் நோட்டை உருவிக் கொடுக்க. ‘சொல்லுங்க என்ன கேட்டீங்க?’

‘ரொம்ப பிஸியா இருக்கீங்க. அதிகமா உங்க நேரத்தை எடுத்துக்க விரும்பலை. அன்னைக்கு விபத்து நடந்த பஸ் புறப்பட்டபோது நீங்கதான் ட்யூட்டில இருந்தீங்களா.’

‘நான்தான். என்னை விட்டா வேற யாரு? ராப்பகலா நான்தான்.’

‘அதில போன ஒரு ஆளு, பேரு தாமோதரன் எனக்குத் தெரிஞ்சவர். அவர் எதுக்காகப் பங்களூருக்குப் போனார்னு கண்டுபிடிக்க முயற்சி செய்திக்கிட்டு இருக்கேன். உங்களால ஏதாவது தகவல் சொல்ல முடிஞ்சுதுன்னா நல்லது.’

‘என்ன வேணும் சொல்லுங்க?’

‘கடைசி சமயத்தில் யாராவது அர்ஜெண்டா டிக்கெட் வாங்கி ஏறினாங்களா?’

‘தினப்படி எல்லா ரூட்லயும் உண்டுங்க இது. எப்படியோ அட்ஜஸ்ட் பண்ணிக் கொடுப்போம். வேளாங்கண்ணி கிருத்திகைன்னு வர்றப்ப ஸ்டாண்டிங் கூட உண்டு!’

‘பங்களூர் ரூட் எப்படி?’

‘பங்களூர் போட்டி ஆயிருச்சுங்க. மொத்தம் ராத்திரி ஆல் இண்டியா பர்மிட்டே இருபத்தி நாலு பஸ் ஓடுது. பாலாஜி, சீனு, ஜெனரல் ட்ராவல்ஸ், கேடி, என்டின்னு போட்டி ஜாஸ்தியாப் போச்சு.’

‘நீங்க எவ்வளவு பஸ் விடறீங்க?’

‘எங்களுது ஒண்ணுதான் போவுது. சித்தூர் வழியாப் போறதில்லை. மூணு ஸ்டேட் ஆயிடுது பாருங்க! நாங்க சௌத்தில்தான் நிறைய.’

‘அந்தாளு கடைசியில வந்து டிக்கெட் அவசரப்படுத்தி வாங்கினா உங்களுக்கு ஞாபகம் இருக்குமா?’

‘சொல்ல முடியாதுங்க அதான் சொன்னேனே! ஆனா கடைசில வந்து டிக்கெட் வாங்கி ஏறினார்னா லிஸ்ட்டிலே பேர் கடைசில இருக்கும்.’

‘லிஸ்ட்டு இருக்கா?’

‘ஆக்ஸிடெண்ட் ஆன அன்னைக்கு லிஸ்ட் முதலாளிகிட்ட இருக்குது. இவர்தான் பாவம் ராவோட ராவா கார் எடுத்துக்கிட்டுப் போயி, அது என்ன ஆச்சுங்க, பஸ் லாரி பின் பாகத்தில் இடிச்சிருக்கான். அதை அவாய்ட் பண்றதுக்குத் திருப்பியிருக்கான் பாருங்க, பாலன்ஸ் விட்டுட்டான். கதிர்வேல் ரொம்ப எக்ஸ்பிரியன்ஸ் டிரைவர். இதில் சோகம் பாருங்க, பஸ் வந்து பாதையை விட்டு பத்து, இருபது, முப்பது அடி விலகி வயலில் விழுந்திருக்கு. எல்லாரும் கிடக்கறாங்க. ஆறு லாரி போயிருக்குது. ஒருத்தன் கவனிக்கலை. நடுராத்திரியா? நிறுத்தறதுக்கு ஆள் இல்லை. எல்லோருக்கும் அடி, அப்புறம் சுமாரா காயம்பட்ட ஒருத்தர் பக்கத்து கிராமத்துக்குப் போயி அவுட்போஸ்ட்ல சொல்லி, அவங்க எங்களுக்குப் போன்

பண்றப்ப ஒரு மணி இருக்கும்! முதலாளி போய்ச் சேர்றதுக்கு நாலு நாலரை ஆயிருச்சு. அப்புறம்தான்...'

'கதிர்வேல் என்ன ஆனார்?'

'அங்கேயே க்ளோஸ்!'

வஸந்த் யோசித்தான். 'அப்ப கடைசி நிமிஷத்துல யாரும் சீட் கேட்டிருக்கலாம். உங்களுக்கு ஞாபகமில்லைங்கறீங்க.'

'ஆமாம். என்னவோ காரணம் சொல்வாங்க. கல்யாணம்பாங்க, இண்டர்வ்யூம்பாங்க, அட்ஜஸ்ட் பண்ண வேண்டியதுதான்.'

'தாமோதரங்கற பேர ஞாபகம் இருக்குங்களா?'

'லிஸ்டிலப் பார்த்த மாதிரித்தான் இருக்குது. முதலாளியைக் கேட்டாத் தெரியும்.'

'நீங்க போயிருந்தீங்களா விபத்து நடந்த இடத்துக்கு!'

'இல்லைங்க. நான் எங்க? ஆபிஸை விட்டுட்டு! காலைல பஸ் ஸூங்க ஜகஜகன்னு வரும். ரிஸிவ் பண்ணனும். ஆக்ஸிடெண்ட் ஆனாலும் மத்தது நடக்கணும் பாருங்க. முதலாளிக்குத்தான் பாவம், நஷ்டம்! மூணரை ரூபாக்கு மேலே தர்ட்டி பார்ட்டிஸிக்ஸ் மேலே செலவழிச்சிருந்தார். வண்டி அப்டி பஞ்சகல்யாணி மாதிரி இருந்தது!'

'இன்ஷ்யூர் பண்ணலையா?'

'அண்டர் இன்ஷ்யூர்! யார் கிட்டயும் சொல்லாதிங்க!'

'தாங்க்ஸ் வரதன், உங்க முதலாளி அட்ரஸ் மட்டும் சொல்லிட் டீங்கன்னா...'

'இந்தாங்க கார்டு. எனக்கு ஒரு ஒத்தாசை செய்யணும் நீங்க?'

'படம் ஷூட்டிங் பார்க்கணும், அவ்வளவுதானே?'

'ஆமாங்க.'

'எப்ப வர்றீங்க?'

'இதுக்குன்னு லீவு எடுத்துண்டு வரேன். எப்ப வரணும் சொல் லுங்க.'

‘பாலாஜி ஸார் வீடு தெரியுமில்லை?’

‘தெரியும் எக்மோர்ல. பிரபலமானவர்களின் விலாசங்கள்ல பார்த்தேன்!’

‘ஞாயிற்றுக்கிழமை வந்துடுங்க. வஸந்துன்னு சொல்லுங்க போதும்! கே ஜே ஆஸ்பத்திரியில ஷூட்டிங் அழைச்சுட்டுப் போவாங்க.’

‘ரொம்ப தாங்க்ஸ்’ வரதன் சோழி சோழியாக வஸந்த்தைப் பார்த்துப் பரவசமாகச் சிரித்தான்.

காரில் கணேஷ், ‘ஏண்டா இத்தனை நேரம்’ என்றான்.

‘ஆசாமி முதலில் கொஞ்சம் முரண்டு பண்ணினான். பாலாஜி வாழ்க! கேக்க வேண்டியதை எல்லாம் கேட்டாச்சு.’

‘பஸ் எத்தனை மணிக்கு கிளம்பித்தாம் அன்னிக்கு’ வஸந்த் திடுக்கிட்டான்.

‘பாஸ் யூ ஆர் எ கிட் ஜாய்! நான் கேக்காத ஒரே கேள்வி அது?‘

‘போய்க் கேட்டுட்டு வா.’

வஸந்த் மறுபடி வரதனை நோக்கிச் சென்று. ‘வரதன் இன்னொரு சின்ன விஷயம்.’

‘சொல்லுங்கோ.’

‘விபத்து நடந்த அன்னிக்கு எத்தனை மணிக்குப் பஸ் கிளம்பியது.’

‘எந்த ராஜா எந்தப் பட்டணம் போனாலும் ஒம்பதரை மணிக்கு ஸ்டார்ட் பண்ணிடுவோம். ஏன்னா பங்களூர்லருந்து ஓசூருக்குக் கம்பெனி டே ட்ரிப் உண்டு..’

‘ஒன்பதரை. தாங்க்ஸ். ஞாயிற்றுக்கிழமை மறந்துராதீங்க.’

‘வஸந்த் திரும்பி வந்து ‘ஒம்பதரையாம் பாஸ்’ என்றான்

‘சரி’

‘இது தெரிஞ்சுண்டு என்ன ப்ரீதி உங்களுக்கு?’

‘சும்மாதான்’ என்று சிரித்தான் கணேஷ்.

4

மத்தியானம் கேஸ் தள்ளுபடியாகி விட்டதில் கணேஷ் பிரிட்டிஷ் லைப்ரரி போகலாம் என்றான். வஸந்த் ஜேம்ஸ் பாண்ட் படம் போகலாம் என்றான். இரண்டுபேரும் ஒத்துப் போகாததால் அந்த விசாரிப்பைத் தொடர்ந்து அந்த பஸ் முதலாளியைப் பார்த்துவிட்டு வந்தால் அன்றைக்கே அந்தப் பெண் கேட்ட விவரங்களை முழுவதும் அறிந்துகொண்டு விடலாம் என்று தீர்மானித்தனர் - தமிழ்ப் பெயராகத் தோன்ற வில்லை. கே.ஜி.சிங். என்றிருந்தது. 'என்ன சிங் பாஸ். இது தாடியா? அதாடியா?'

'நேராப் பார்த்தாத்தான் தெரியும். 'சிங்'குனு கர்னாடகாவில்கூட இருக்காங்க.'

ஹாடோஸ் ரோடில் ஒளிந்துகொண்டிருந்தது அந்த வீடு. கேட்டுக்கு அருகிலேயே அலங்காரமாக கே.ஜி. சிங் - ஜமுனா என்று போர்டில் எழுதியிருந்தது. 'ஜமுனா சிங். எங்க கேள்விப் பட்டிருக்கேன் இந்தப் பேரை' என்றான் வஸந்த்.

'ஆரம்பிக்காதே.' வீட்டுக்குள் நுழைவதற்குச் சீட்டுக் கொடுக்க வேண்டியிருந்தது. அனுமதி கிடைத்து உள்ளே போனபோது கே.ஜி.சிங்குக்கு கார்கள் சேகரிப்பது ஒரு பொழுதுபோக்கோ என்னும் அளவுக்கு மூன்று நான்கு கார்கள் இங்கே அங்கே நின்று கொண்டிருந்தன. இருந்தும் நிறையவே இடம் இருந்தது. சுத்தமாக வெட்டப்பட்ட புல்வெளியில் இடையில் செயற்கைப் பாதையில் நடந்து ஒரு பாமிரேனியனின் சின்னக் குரல் 'வவ்'வைக் கடந்து உள்ளே சென்றபோது ஹாலில் உட்காரச் சொன்னான் சேவகன். ஒரு சிறுவன் சோபாவில் உட்கார்ந்து கொண்டு ரிமோட் கண்ட்ரோலைத் திருகிக் கொண்டிருக்க, எதிரே வீடியோ அவன் விரலுக்கேற்ப வடிவம் மாறிக் கொண்டிருந்தது. கலர் டீ.வி. கார்ப்பெட் - அலமாரியில் விலை உயர்ந்த குப்பைகள். 'புக் ஆப் நாலேட்ஜ்' ஒன்பது பாகம். ஒரு பரத நாட்டியப் பெண்ணின் போட்டோக்கள்.

'ஆ! இப்ப தெரிஞ்சுப் போச்சு பாஸ். ஜமுனா சிங் பரதநாட்டியம்.'

ஆளுனர் அவளுக்குக் கேடயம் வழங்க, மூக்கில் வைரம் ஜொலிக்கச் சிரித்துக்கொண்டு பெற்றுக் கொண்டிருந்தாள்.

சற்று நேரத்தில் சிங் வந்து சேர்ந்துகொண்டு உட்கார்ந்து, 'பச்சு! அந்தர் ஜாவோ' என்றார். பையன் எழுந்து சென்றான். அவருக்கு ஐம்பதுக்கருகிலிருக்கும். தலை நிறைய முடி தொண்ணூறு சதம் வெளுத்திருந்தது. ஸஃபாரி ஸூட் வாசனையாய் இருந்தது. கண்களுக்கருகில் லேசாகச் சுருக்கம். கணேஷைக் கைகுலுக்கி வேலைக்காரனைச் சமிக்ஞையுடன் பார்க்க அவன் உள்ளே சென்றான்.

கார்டை மறுபடி பார்த்துக்கொண்டே, 'லாயர்ஸா? என்ன விஷயம்? அன்னைக்கு ஆக்ஸிடெண்டைப் பத்தியா?'

'ஆமாங்க, என்பேர் வஸந்த். அவர் கணேஷ்.'

'கேஸ் ஏதாவது போடப் போறீங்களா, சொல்லுங்க. ஏற்கெனவே மிகுதியான நஷ்டம். ஏறத்தாழ நாலரை லட்சம் போயிடுச்சு.'

'தமிழ் நல்லாவே பேசறீங்க!'

'தமிழர்தாங்க. இங்கதான் பொறந்து வளர்த்தது. முன்னோர்கள் ராஜஸ்தான். வீட்டுக்குள்ள ஒரு மாதிரி இந்தி பேசுவோம்.'

'ஜமுனா சிங்குங்கறது?'

'என் மனைவி.'

'டான்ஸ் பார்த்திருக்கேன்.'

'அவளுக்கு ஹாபி அது.'

'இல்லைங்க, நல்ல பேரு. நேஷனல் ப்ரோக்ராம் கூடக் கொடுத்தா...'

'அதுவரைக்கும் போகலை. நீங்க வந்த விஷயத்தைச் சொல்லுங்க.'

'நாங்க கேஸ் எதுவும் போட வரலைங்க' என்றான் கணேஷ்.

'அப்பாடா ஒரு நிம்மதி. என்ன அலைச்சல் தெரியுமா? அந்த விபத்துக்கு அப்புறம் போலீஸ்காரங்க ரொம்ப சத்தாய்ச்சுட் டாங்க. ஏழு எட்டு லெவல் 'ப்ரைப்' பண்ண வேண்டியிருந்தது.'

'நாங்க விசாரிக்க வந்தது தாமோதர்ங்கற ஒருத்தரைப் பற்றி.'

'தாமோதர்? வெயிட் எ மினிட். பேர் கேட்டா மாதிரி இருக்குது. இந்த ஆக்ஸிடெண்டில் போய்ட்டாரு இல்லை?'

‘ஆமாங்க அவர்தான்.’

‘அவரைப் பத்தி என்ன இப்ப? இன்ஷூரன்ஸ்ல ஏதாவது தகராறா?’

‘இல்லைங்க. அந்த ஆளோட சிஸ்டர் எங்ககிட்ட வந்தாங்க. அவர் திடீர்னு பங்களூர் பொறப்பட்டுப் போயிட்டாராம். எதுக்குன்னு சொல்லாம கொள்ளாம, யார் அதுக்குக் காரணம்னு கண்டுபிடிக்க முயற்சி பண்ணச் சொன்னாங்க.’

‘கண்டுபிடிச்சு...?’

டெலிபோன் அடித்தது. சிங் அதை எடுத்துக் கேட்டு ‘ஹலோ’ என்றார்.

‘கொடுத்துட்டாங்களா? பாடி பில்டிங்குக்கு சொல்லிட்டீங்களா? அங்கேயே பண்ணிரலாம். கொட்டேஷன் இருக்குது. மேல ஏத்தச் சொல்லாதீங்க சரி... சரி.’

கே.ஜி.சிங் போனில் பேசுகையில் கணேஷ் அறையை நிதான மாகப் பார்த்தான். ஜமுனாசிங், இந்தக் கோப்பைகள் எல்லாம் அவளுடையதா? டென்னிஸ் மட்டை?

போனை வைத்துவிட்டு, ‘பென்ஸ் சாஸி ஒன்று புக் பண்ணி யிருந்தது கிடைச்சுருச்சு. பாடி பில்டிங் கொடுத்து மறுபடி பஸ்ஸை ரூட்ல விடறதுக்கு முன்னாடி ஒரு நாளைக்கு ஆயிரம் நஷ்டம். ரொம்ப ரிஸ்க் பிஸினஸ்ங்க. அதுவும் இந்த ஆர்ட்டி ஓங்க பண்ற அட்டகாசம்?’

‘வாஸ்தவம்தான்’ என்றான் வஸந்த்.

‘என்ன சொல்லிக்கிட்டு இருந்தீங்க? தாமோதர்... அந்த ஆளை அடையாளம் கண்டுபிடிச்சு வீட்டுக்குத் தகவல் சொல்ல வேண்டியிருந்த சோகமான கடமை எனக்கு ஏற்பட்டுப் போச்சு, பாவங்க. தங்கச்சியும், அப்பாவும் வந்தாங்கன்னு ஞாபகம். ரொம்பக் கதறினாங்க.’

‘நீங்கதான் ஸ்பாட்டுக்குப் போயி எல்லா ஏற்பாடும் செஞ்சீங் கன்னு...’

‘யார் சொன்னா உங்களுக்கு?’

‘உங்க ஆபீஸ்ல சீனிவாச வரதன்...’

'ஓ! அங்க போயிருந்தீங்களா?'

வேலைக்காரன் மூன்று கிளாஸ்களில் பைன் ஆப்பிள் ரசம் ஐஸ்கட்டிகள் மிதக்கக் கொண்டுவந்து வைத்தான்.

'அவரு பங்களூருக்கு எதுக்குப் போனார்னு கண்டுபிடிக்க முயற்சி செய்துகிட்டு இருக்கோம்.'

'எனக்கு அதைப்பத்தி ஒண்ணும் தெரியாதுங்க. விபத்தில இறந்து போனது தெரியும். லிஸ்ட்டில் பேர் இருந்தது.'

'அந்த லிஸ்ட்டு உங்ககிட்ட இருக்கா?'

'இருந்தது. போலீஸ்காரங்க கிட்ட இருக்குது இப்ப.'

'காப்பி இருக்குமா?' என்றான் வஸந்த்.

'இல்லீங்க ஏன்?'

'அந்த ஆளு பேரு கடைசியில் இருந்ததா ஞாபகம் இருக்குதா உங்களுக்கு? ஏன்னா அவரு அவசரமா கிளம்பினாரா, முன்னாடியே புக் பண்ணிட்டுக் கிளம்பினாரான்னு தெரிஞ்சுக்க விரும்பறோம்.'

'அவ்வளவு விவரம் எனக்கு ஞாபகமில்லீங்க. லிஸ்ட்டுலப் பார்த்தாத்தான் தெரியும்.'

'எந்த போலீஸ் விசாரிக்குது?'

'வேலூர் எஸ்.பி. ஒருவர் வந்தாரு.'

'சரிதான் வேலூர் போக முடியாது. அந்த ஆளு அட்ரஸ் எப்படிக் கண்டுபிடிச்சீங்க - வீட்டுக்குத் தகவல் சொல்ல?'

'ஞாபகம் இல்லைங்க. போலீஸ் அதில ரொம்ப ஒத்துழைச்சாங்க. உங்களுக்கு ஃபுல் விவரமும் வேணுமின்னா வேலூர் போனீங்கன்னா முத்துவேலுன்னு ஒரு எஸ்.பி. அவர்தான் கேஸ் பதிவு - டிராஃபிக் பிரிவுன்னு நினைக்கிறேன் இல்லை; ரெகுலர் எஸ்.பி.யோ? பெட்டியைத் தேடினதிலே அட்ரஸ் பெரும்பாலும் செத்தவங்க எல்லோருக்கும் கிடைச்சிருக்கு.'

'அவனோட பெட்டி.'

‘இந்தாளு பெட்டி படுக்கை ஏதும்- எடுத்துக்கிட்டுப் போகலைங்க. கட்டின வேஷ்டியோட கிளம்பியிருக்காரு.’

‘அப்படியா, என்ன அவசரமோ?’

‘இல்லை, விதிதாங்க. எனக்கு விதில நம்பிக்கை வந்துருச்சு. ஏன்னா நான் வந்து அந்த வண்டியிலே போகறதா இருந்தேன். நம்புவீங்களா?’

‘அப்படியா; ஏன் போகலை?’

‘போறதுக்குத்தான் கிளம்பினேன். வேலூர்ல ஒரு வேலை இருந்தது. கார் எடுத்திக்கிட்டுப் போறதுக்குப் பதிலாக நம்ம பஸ் பிரயாணம் எப்படி இருக்குன்னு போயிட்டு வரலாம்னுதான் இருந்தேன். என்னவோ பாருங்க தடைப்பட்டுப் போச்சு. காலைல ஒரு எங்கேஜ்மெண்ட் இருக்கறதை மறந்து போயிட் டேனா. பஸ்ல ஏர்றதுக்கு முன்னாடி ஞாபகம் வந்தது. திரும்பி வந்துட்டேன். இதை என்ன சொல்றீங்க. விதிதானே!’

‘ஆக்ஸிடெண்ட் வேலூருக்கு அப்பாலேதானே ஆச்சு!’

‘சொல்ல முடியாதுங்க. எனக்காக ஒரு அஞ்சு நிமிஷம் தாமதிச் சிருந்தாங்கன்னா ஆக்ஸிடெண்டே நடந்திருக்காதே. விதியா இல்லையா?’

‘அப்படித்தான் சொல்லத் தோணுது.’

அப்போது திரைகள் சலனிக்க அந்தப் பெண் உள்ளே வந்தாள். ‘டார்லிங்! என்று ஆரம்பித்து ‘ஸாரி’ என்று நிறுத்திக் கொண்டாள்.

வஸந்த்தின் கண்கள் சற்று விரிவதை கணேஷ் கவனித்தான். பதுமைபோல இருந்தாள். இரானிய வகை சிவப்பு. கொஞ்சம் கன்னத்துக்குக்கீழ் சதையைத் தவிர மற்றபடி அப்பழுக்கில்லாத நடன தேகம். உதட்டில் ஒரு செ.மீ. கர்வம். மூக்கில் லேசான தூக்கல்.

‘ஜமுனா இது மிஸ்டர் கணேஷ். மிஸ்டர் வஸந்த். ரெண்டு பேரும் லாயர்ஸ். ஆக்ஸிடெண்ட்டைப் பத்தி விசாரிக்க வந்திருக்காங்க.’

‘திஸ் ஈஸ் ஜமுனாசிங் - மை வைஃப்!’

‘உங்க டான்ஸை நான் பார்த்திருக்கேன்’ என்றான் வஸந்த்.

‘அப்படியா! எப்ப?’ என்றாள் கண்களில் நிஜ ஆர்வத்துடன்.

‘டி.வி.யில்’

‘அது அக்டோபர்’

‘இப்ப கூட ஞாபகம் இருக்கு.’

‘அப்படியா? பொய் சொல்றீங்க.’

‘இல்லைங்க. நிஜமாகவே.’

‘ஜமுனா நீ எவ்வளவு பாப்புலர்னு உனக்குத் தெரியாது’

‘ப்ச்’ என்றாள். வஸந்தை நேராகக் கண்ணோடு கண் சற்று அளவுக்கு அதிகமாகவே பார்த்தாள்.

‘நான் க்ளாஸ் போயிட்டு வர லேட்டாகும். நீங்க?’

‘நான் எட்டரைக்கு க்ளப் போவேன் ஜம்!’

‘ஒரு நிமிஷம்!’ என்று கணவனைத் தனியாக அழைத்தாள்.

‘ஓ எஸ்; த மனி! கொஞ்சம் இருங்க’ என்று சிங் உள்ளே போக, அவள் வஸந்தைப் பார்த்து,

‘நீங்க கூட லாயரா?’

‘ஆமாம்.’ அவள் உடுத்தியிருந்த ஸல்வார் கமீஸில் நவீனத்துக்கு இடம் கொடுத்து சிற்சில சலுகைகள் அளிக்கப்பட்டு, அது அவள் உடலுடன் ஒட்டி, மார்புத் துணியின் மென்மையால் கழுத்தின் இறக்கம் தெரிந்தது.

‘டி.வி. எங்களுக்கு நியாயம் பண்ணலைங்க.’

‘எப்படிச் சொல்றீங்க?’

‘நேரில் பார்க்கறதுக்கு வேறமாதிரியா இருக்கீங்க.’

‘வேற மாதிரின்னா!’

‘மோர் ப்யூட்டிஃபுல் மச் மோர்!’

‘தாங்க்ஸ்! வெய்ட் போட்டுக்கிட்டு இருக்கிற எனக்கு ஆறுதலான வார்த்தை.’

‘தமிழ் கூட நல்லாப் பேசறீங்க!’

‘நான் தமிழ்தாங்க. அவர்தான் ராஜஸ்தான். நான் மெட்ராஸ்! இவரைக் கல்யாணம் பண்ணிக்கிட்டு ரெண்டு வருஷம் ஆவுது.’

சிங் உள்ளே வர ‘புயல் மாதிரி வாரிக்கிட்டுப் போயிட்டார். என்னங்க?’ என்றாள்.

‘இவளையா? ஒரு மாரேஜ்ல பார்த்தேன். உடனே தீர்மானிச்சுட்டேன். எப்படியாவது?’

‘உடனே விருப்பம்!’ என்றாள்.

‘விருப்பம் இல்லை ஜம்மு,. லவ்! இந்தா செக்கு! எட்டரைக்குள்ள வந்துருவியா? டிரைவர் இருக்கானா?’

‘இருக்கான் வரேன். மிஸ்டர் வசந்த்.’ என்று அவனைப் பார்த்து வண்ணப்புகையைப்போல புன்னகையைப் பரப்பிவிட்டுச் சென்றாள்.

‘ஷி கேன் சார்ம் எனி ஒன்’என்றார், அவள் போன திசையைப் பார்த்து. ‘புவர் ஃபாமிலியில இருந்தவ. சினிமா, சினிமான்னு மெட்ராஸ்க்கு வந்திருக்கா. டான்ஸ் கத்துக்கப் பணமில்லைன்னு எங்கிட்ட சொன்னா. அந்தக் கணமே தீர்மானிச்சுட்டேன். செலவாளி! ஒரு விதமா புயல் காத்து மாதிரி! முணுக்குன்னா சிரிப்பு, அழுகை! ஸ்டில் எ சைல்ட்! பிடிவாதம்!’

வஸந்த், ‘யூ ஆர் ரியலி லக்கி ஸார்.’

‘இல்லைப்பா, அழகான பொண்ணைக் கல்யாணம் செய்துக்கக் கூடாது. அதுவும் வயசு வித்தியாசத்தில்! இது கூட என் விதிதான்! ஒரே பையன் மூத்த சம்சாரத்துக்கு. பேசாம இருந்திருக்கலாம். நாற்பத்தி எட்டில் கல்யாணம் எதுக்கு? சபலம்! ஓக்கே, என் கவலை எதுக்கு உங்களுக்கு... வேற ஏதாவது விவரம் வேணுமா?’

‘இல்லை ஸார், தாங்க்ஸ்! வேண்டாம்!’

‘வெளியே வந்து காரில் போகும்போது, ‘பாஸ்! இந்தப் பொண்ணு சாலு.’

‘சாலுண்ணா?’

‘ஒப்பன் கேஸ்னு சொல்லணும். ஜமுனா சிங் ஈஸ் அவாய்லபிள்னு அர்த்தம். பத்மினி, சித்தினி, சங்கினி... அஸ்தினி...’

‘அய்யோ... உன் பாஷை எனக்குப் புரியாதுப்பா’.

‘பார்வையைக் கவனிச்சீங்களா? உதட்டை லேசா கடிக்கிறதும் கண் ஓரத்தில் ஒரு கர்வம், நேரா வச்ச கண் வாங்காம பார்க்கறது. அப்புறம் உட்கார்ந்தபோது கால் மேல் கால் போட்டுக்கிட்டது. கணிக புத்திரர் சொன்ன நாலாவது வகை பாஸ் இது. மனசிலிருந்து இனிமையும் குழைவும் இருக்குது பாருங்க. லேசா, ரொம்ப லேசாத் தன் உறுப்புகளைப் புலப்படுத்துறா. நீங்க ரெண்டு பேரும் பேசிக்கொண்டிருக்கறப்ப ரகசியமா என்னைப் பார்த்தா, அப்புறம் அந்தக் குரல் விசித்திரமான தொனி...’

‘அப்பா டேய், உன் ஆராய்ச்சி எல்லாம் எனக்கு ஒரு காசுக்குப் பிரயோசனமில்லை.’

‘இவளைக் கணக்குப் பண்றது ரொம்ப சுலபம்னேன்.’

‘நீ கணக்குப் பண்ணு. கெமிஸ்ட்ரி பண்ணு. என்னை இதில் சேர்க்காதே.’

‘ஆடறேன் பாஸ்? ஐ ஸ்வே - ரொம்ப அதிசயமாத்தான் இந்த மாதிரி ஃபைவ் பைவ் சாலுமால் கிடைக்கும்!’

‘உன் பரிபாஷையெல்லாம் நிறுத்திட்டுக் காதர்பாய் பாரு.’

‘காதர் பாய்! பாஸ் ஹேவ் எ ஹார்ட்! மனுஷன் அப்படியே ஜுரம் வந்தாப்பல சகலமும் ஒருமாதிரி பசலையா இருக்கேன்.’

‘அடச்சீ!’

5

ஆபீஸுக்குத் திரும்பியபோது மாலை ஐந்தாகி விட்டது. பையன் கதவு திறந்து பெருக்கி பேப்பர்களை அடுக்கி ப்ளாஸ்கில் காப்பி வாங்கி வைத்திருந்தான். அந்தப் பெண் பிரசன்னா உட்கார்ந்திருந்தாள். வஸந்த் வியர்வையைத் துடைத்துக் கொண்டு,

‘என்ன அதற்குள்ள வந்திட்டீங்க?’

‘சைனாபஜார் பக்கம் வந்தேன், அண்ணனைப் பற்றிச் சில விவரங்கள் சொல்லலாம்னு வந்தேன். ஆம் ஐ டிஸ்டர்பிங் யூ?’

‘ஆமாம்!’ அவள் முகம் சுருங்க, ‘அதனால என்ன பரவாயில்லை, சொல்ல வேண்டியதைச் சொல்லிடுங்க.’

‘உங்களால் ஏதாவது கண்டுபிடிக்க முடிஞ்சதா.’

‘இல்லைங்க. அதை ஏன் கேக்கறீங்க? பெரும்பாலும் இன்னைக்கு உங்க கேஸ்தான். பஸ் கம்பெனியில, கம்பெனி முதலாளிகிட்ட.’

‘ஏதாவது தெரிஞ்சுதா?’

‘இல்லை’

கணேஷ் ‘உங்க அண்ணனைப் பத்தி என்ன சொல்லணும் உங்களுக்கு?’ என்றான்.

‘அவன் எங்க வேலை பார்த்தான். அப்பாகிட்ட எப்படி இருந்தான். இதெல்லாம்.’

‘அது தேவைன்னா நாங்களே கேட்டுக்கிறோம்.’

‘இரு வஸந்த்! சொல்லுங்கம்மா.’

வஸந்த் கணேஷை முறைக்க, ‘எங்க அண்ணன் இது வரைக்கும் மூணு வேலை மாறியிருக்கான். எல்லாம் அப்பா வாங்கிக் கொடுத்ததுதான். ஸ்திரபுத்தி கிடையாது. வேலைல இருப்பான். திடீர்னு நாளையிலேருந்து வேலைக்குப் போக மாட்டேன் அப்பாம்பான். அப்பாவும் எவ்வளவோ முயற்சித்தார். சிலவேளை எங்கிட்டயே சொல்லி வருத்தப்பட்டிருக்கார். ஒருவேளை டிப்ரஷனாகி போய் அப்பாவைத் தொந்தரவு பண்றமோன்னு வருத்தப்பட்டு திடுதிடுப்புன்னு பங்களூருக்குக் கிளம்பியிருக் கானான்னுத் தோணித்து, யோசித்துப் பார்த்தா அப்படியில்லை. சாதாரணமா தமாஷாகவே பேசிக்கிட்டு இருந்தான். அப்பாகிட்ட கூட. அப்பதான் திடீர்னு போன் கால் வந்தது. இவன் பேசவே இல்லை. ‘சரி வரேன்’னான். வெச்சான் கிளம்பினான்.

‘போன் கால் ட்ரேஸ் பண்றது அவ்வளவு சுலபமில்லைங்க.’

அவள் தன் கைப்பையை எடுத்து அதிலிருந்து ஒரு சின்ன டயரியை எடுத்துக் கொடுத்தாள். ‘இதில் நிறைய டெலிபோன் நம்பர் இருக்கு. அண்ணா எழுதி வெச்சிருந்தது. இதுவரைக்கும் நானோ அப்பாவோ அவன் பெட்டியைக் குடைஞ்சதே இல்லை.

அவன் இறந்ததற்கப்புறம் அவன் ஷர்ட், பாண்ட் எல்லாம் வண்டலூர்ல அனாதை ஆசிரமத்துக்கு அனுப்பிச்சோம். அப்ப இது கிடைத்தது. இதை வெச்சுக்கிட்டு ஏதாவது ட்ரேஸ் பண்ண முடியுமா பாருங்க.'

'சரி வையுங்க.'

'இன்னும் எத்தனை நாள் ஆகும்?'

'ஒன் வீக்ல சொல்லிடரேம்மா.'

'அப்ப நான் வரட்டுமா வஸந்த்?'

'போய்ட்டு வாங்க.'

அவள் போனதும் 'என்னடாது! வஸந்தா, இப்படி ஒரு பெண் பிள்ளையைப் புறக்கணிக்கிறான். நம்பவே முடியலையே.'

'ம்ச்! போங்க பாஸ். ஜமுனா சிங்கைப் பார்த்ததும் சுஸ்தாயிட் டேன். பொண்ணில்லை அது! அந்தரங்கம். மதனமேடை. போயும் போயும் இந்தக் கிழச்சிங்கம்தான் ஆப்டானா? வஸந்த்! நீ எங்கேடா போயிருந்த? ஒரு வார்த்தை சொல்லியிருந்தா, கல்யாணம் பண்ணிக்கிட்டு பர்மனண்டா பக்கத்திலேயே ஜால்ரா வெச்சுக்கிட்டு தாம்த தீம்த தக தாம்த தீம்த தக...'

'ஷட் அப்...'

'அநியாயம் இந்த சிங் பண்ணது!'

'எது?'

'ஜமுனாவைக் கல்யாணம் பண்ணிக்கிட்டது.'

'அப்டி ஒண்ணும் சந்தோஷமா இருக்கிறதாத் தெரியலை! குரலில் விரக்தி தெரிஞ்சது!'

'இந்த வயசிலே போய் கல்யாணம் பண்ணிக்கிட்டா?'

'எல்லாமே வஸந்த் நினைக்கிற மாதிரி நடந்துடறதா?' என்று கணேஷ் அந்தச் சிறிய குறிப்புப் புத்தகங்களை எடுத்துப் பார்த்தான். சிற்சில இன்ஷியல்களுக்கு எதிரே சிற்சில டெலிபோன் எண்கள் இருந்தன.

'இதை வேணா விசாரியேண்டா?'

'ஒவ்வொரு எண்ணா டெலிபோன் பண்ணிக்கிட்டு இருக்கணுமா? வேற வேலையில்லை?'

'அந்தரங்கத்தைப் படிக்கிறதுதான் பெரிய வேலையாக்கும், காதர் பாயைப் பாரு'

'பாஸ்! ஒரு சின்ன ஜோக் சொல்லியே ஆகணும்! தலை வெடிச்சுரும்.'

'மெக்ஸிகோவா! வேண்டாம்ப்பா சொல்லியாச்சு.'

'இல்லை பாஸ்! உபத்திரவமில்லாதது. நம்ம சிங் மாதிரி ஒரு ஆளு இன்ஷ்யூரன்ஸ் பண்ணிக்கப் போனான். அதை ஜமுனா மாதிரி ஒரு மனைவிகிட்டே பெருமையாச் சொல்லிக்கிட்டு இருந்தானாம். அவங்க எனக்கு அம்பத்தஞ்சு வயதுன்னா நம்பவேயில்லை கண்ணு! சட்டையைத் திறந்து மார்ல நரைமயிரைக் காட்டினதும்தான் நம்பினாங்க அப்படின்னான். அதுக்கு அந்த மனைவி சட்டையை எதுக்கு கழட்டணும். பேசாம பாண்டைக்...' கணேஷ் குறுக்கிட்டுப் 'படுபாவி போதும்! கேஸைப் பாரு!' என்றான்.

6

மூன்று நாளைக்கு இருவரும் அதைத் தொடர்ந்து விசாரிக்க இயலாமல் கோர்ட்டில் பிஸியாக இருந்து விட்டார்கள். வஸந்த் அவ்வப்போது ஜமுனா ஜமுனா என்று அங்கலாய்த்துக் கொண்டிருந்தான். மற்றொரு முறை சிங் வீட்டுக்குப் போக வேண்டும் என்றான். இன்னும் சில விவரங்கள் தெரிஞ்சுக்கணும் என்றான்.

உதைப்பேன் என்று கணேஷ் அதட்ட ஒரு மதியத்தின்போது வஸந்த் வேறு செயலின்றி பிரசன்னா கொடுத்திருந்த குறிப்புப் புத்தகத்தில் இருந்த டெலிபோன் எண்களில் ஒன்றைத் தேர்ந்தெடுத்துச் சுழற்றினான்.

'அலோ' என்றது பெண் குரல்.

'நான் வந்து தாமோதரனுடைய...'

'தாமு! தாம் எங்கய்யா போயிட்ட! தாமு!' என்று பளீர் என்று டாலடிக்கும் உற்சாகத்துடன் அந்தக் குரல் வஸந்த்தைத் திகைக்க வைத்தது.

'பார்டன் மி, எம்பேர் வஸந்த்!'

'தாமு இல்லையா? எங்க அவன்?'

'தாமோதரன் இறந்து போயிட்டாருங்க. நீங்க யார் பேசறது?'

மறுமுனை டக்கென்று வைக்கப்பட்டது.

வஸந்த் கொஞ்சநேரம் டெலிபோனையே பார்த்துக்கொண்டு யோசித்தான். பிறகு தீர்மானித்து அந்தப் பட்டியலிலிருந்து மற்றொரு நம்பரைத் தேர்ந்தெடுத்தான்.

'அலோ...' குழந்தைக் குரல் தூரத்திலிருந்து. 'யாரு?' என்று மற்றொரு பெண் குரல்.

'இங்கே குடு.'

'நமஸ்காரம்! எம் பேர் வஸந்த். தாமோதரன் வந்து...'

'வராரா?'

'இல்லை அவர் வரமுடியாத நிலையில் இருக்காரு.'

'அப்படியா? எப்ப சௌகரியமோ அப்ப வரட்டும்னு சொல்லு: நல்லாருக்காரா?'

'நீங்க யார் பேசறதுங்க?'

இதைக் கேட்டவுடன் மறுமுனை வெட்டப்பட்டது.

வஸந்த் அந்த டெலிபோன் எண் பட்டியலைக் கவனித்துக் கொண்டே, 'பாஸ்! இந்த நம்பர் எல்லாம் ஒரு மாதிரி பொம்பளைங்க குரலா இருந்தது. இந்த தாமோதரன் பத்தி கொஞ்சம் விசாரிக்கலாம் போலத் தோணுது. கொஞ்சம் நம்ம டைப்பு போல.'

'என்னடா?'

‘அந்தப் பொண்ணுங்க குரல்லையே பெட்ரூம் தெரியுது பாஸ்.’

‘நம்பறேன், நீ இதிலே எல்லாம் அனுபவப்பட்டவன் தானே.’

‘எல்லாம் அன்லிஸ்ட் நம்பரா இருக்கும். இல்லை சரவணா ஸ்டோர்ஸ்னு உபத்திரவமில்லாத பேர்ல இருக்கும். என்ன செய்ய?’

‘உனக்கு என்ன தோணுது?’

‘இந்தாளு எதுக்கு பங்களூர் போனான்னு சுலபமா இப்ப கண்டு பிடிச்சுரலாம்.’

‘எப்படி?’

‘பொம்பளை விஷயமா இருக்கும். செமை கிட்டன் போலிருக்கு.’

‘ஒரு வேலை செய். நாளைக்கு அந்தப் பொண்ணு பிரசன்னா கிட்டப்போயி அவன் முந்தி எங்கே வேலை பார்த்தான்னு சொன்னாளோ, அந்த ஆபீஸுங்களை எல்லாம் விசாரிச்சுக் கிட்டு வா. அதிலிருந்து ஆள் எப்படிங்கிறது ஊர்ஜிதமாயிரும். அதுக்கப்புறம் பெங்களூருக்குக் காரணம் கண்டுபிடிக்கிறது கஷ்டமில்லை.’

‘அதோட கேஸ் க்ளோஸாயிடும்’ என்றான் வஸந்த் சற்று துக்கத்துடன்.

‘மறுபடி ஒரு நடை அந்த ஜமுனா சிங்கை விசாரிக்கணும்னு ஆசை உனக்கு! டேய் திருக்குறள்ள ‘பிறனில் விழையாமை’க்கு இன்னும் வரலையா?’

‘சே, சே? தப்பா நினைச்சுக்காதீங்க. கேஸுக்கு சம்பந்தம் இருந்தாத்தான் அந்தப் பக்கம் போவேன்.’

‘அந்தப் பொண்ணு உள்ளே வந்ததுமே உன் கண்ணு விரிஞ்சுது பாரு!’

‘இன்னும் கூடப் படபடப்பு அடங்கலை.’

‘அதுக்கு ஒரே ஒரு பரிகாரம் இதைப் படிக்கிறது’ என்று கணேஷ் ரஸ்ஸல்ஸின் ‘அவுட்லைன் ஆஃப் பிலாசபி’ என்கிற புத்தகத்தை அவனிடம் காட்டினான்.

'படிச்சாச்சு பாஸ். காதல்ங்கறதே, அன்புங்கறதே ஒருவிதமான நார்ஸிஸம்னு சொல்லியிருக்காரு.'

'அடப்பாவி! இதையும் படிப்பியா நீ?' என்று வியந்தான் கணேஷ்.

7

வஸந்த் மறுதினம் ஸிட்டி யூனியன் பிரைவேட் (கப்) கிளப்பிற்குப் போயிருந்தான். பிரசன்னாவின் அண்ணன் தாமோதர் முதலில் வேலை பார்த்த இடம். கார்கள் பம்பருக்குப் பம்பர் தொட்டுக்கொண்டு நெருக்கமாக நிற்க, கருப்பாக தட்டி கட்டி டென்னிஸ் விளையாட்டு அந்தப் பக்கம் 'ப்ளக், பிளக்' என்று சப்தித்துக் கொண்டிருந்தது. புல்வெளியில் பிரம்பு நாற்காலிகளில் செல்வந்தர்கள் பியர் அருந்திக் கொண்டிருக்க, அவர்கள் மனைவியர்கள் பாண்ட் போட்டுக்கொள்ளும் ஆசைகள் எல்லாம் நிறைவேறியிருந்தன. மெம்பர்ஷிப் மெடிக்கல் காலேஜ் அட்மிஷனை விடக் கடினமானதாம். இந்திரா காந்தியைத் தெரிந்திருந்தால் வெயிட்டிங் லிஸ்ட்டில் சேர்த்துக் கொள்வார்களாம் என்பது வஸந்துக்குத் தெரியும். பில்லியர்ட்ஸ் ரூமைக்கடந்து லைப்ரரியைக் கடந்து ஸ்டீவர்டின் அறைக்கு வந்தான். பெயர்ப்பலகையை ஒருமுறை பார்த்துக் கொண்டு, 'மிஸ்டர் ஜேக்கப் என் பேரு வஸந்த்.'

'மெம்பரா?'

'இல்லை! இங்க கொஞ்ச நாளைக்கு முன்னால் வேலை செஞ்ச தாமோதரனைப் பத்திக் கேக்கணும்.'

தாமோதரன் என்ற பெயரைக் கேட்டதும் ஒரு விநாடி உதடுகளில் இறுக்கம் ஏற்பட்டது அந்த ஜேக்கப்புக்கு.

'நான் ஒரு லாயர். அவர் சொத்து விவகாரங்களைக் கவனிக் கணும். உங்களுக்குக்கூட அவர் ஒரு சின்னப் பரிசு கொடுக் கணும்னு சொல்லிட்டுப் போயிருக்கார்.'

'போயிருக்கார்னா எங்க?'

'தாமோதர் ஒரு பஸ் விபத்தில் இறந்து போயிட்டார். தெரியுமா?'

'அடப்பாவி? போயோ?'

'போயி! அதனால அவரைப் பத்தி நான் கேட்கிற கேள்விக்கு உபத்திரவம் ஏதும் கிடையாது. நான் போலீஸ் கிடையாது. குடும்ப லாயர்!'

'என்ன கேக்கணும்?'

'என்ன கேக்கணும்?' இன்னும் சந்தேகம் குரல் பார்வை.

'அவருக்கு பங்களூர்ல யாரையாவது தெரியுமா? இதை எதுக்குக் கேக்கறேன்னா, விபத்து நடந்த அன்னைக்குப் பங்களூருக்கு அவசரமாகப் பொறப்பட்டுப் போயிருக்கார் தாமோதரன். எதுக்காகன்னு கண்டுபிடிக்க முயற்சி பண்ணிக்கிட்டு இருக் கேன். அவரை அங்க அழைத்தது யாரு? உங்களுக்குத் தெரிஞ் சிருக்குமா? யாராவது பங்களூர்ல பார்ட்டி.'

ஜேக்கப் ஒரு நீண்ட பெட்டியைத் திறந்து அதிலிருந்து மஞ்சள் முயல்கள் போலிருந்த பந்து இரண்டை உருட்டிக்கொண்டு 'மிஸ்டர் ஜயந்த்...'

'வஸந்த்'

'ஸோரி! வஸந்த். நான் கள்ளம் பறையறதில்ல. இந்த தாமோதரன் ரொம்ப மோசமான ஆளாக்கும். பங்களூர்ல மட்டுமில்லா, மெட்ராஸ், கோயம்புத்தூர், பாண்டி எல்லா இடத்திலயும் அவனுக்குப் பெண் குட்டிகள் உண்டு. ஊருக்கு ஊர்! நான் என் கண்முன்னால பார்த்ததாக்கும்.'

'அப்படியா! என்ன பார்த்தீங்க?'

'அதெல்லாம் பரயக்கூடாத விஷயம். ரொம்ப மோசம்.' குரலைத் தாழ்த்திக்கொண்டு 'ஒரு பெண்ணைப் பார்த்தால் போதும். ஒரு ஆழ்ச்சத்துக்குள்ளே...' கையால் சைகை காட்டினான்.

'அப்படியா! இன்ட்ரஸ்டிங். ஆள் ரொம்ப அழகா இருப்பானா?'

'அப்படியும் இல்லை! அவங்கிட்ட என்னவோ இருந்தது. ஒண்ணாங்கிளாஸ் ரோக்! இருந்தாலும் பேச்சில் மனோகரமாய் வசீகரம் ஓ ஒரு புஞ்சிரி ஏதோ ஒண்ணு தவறாமல் பெண்கள்' மறுபடி சைகை.

'அடப்பாவி! அந்தாளு. இங்க என்னவா இருந்தான்?'

‘எனக்கு அஸிஸ்டெண்டாய்த்தான் இருந்தது. வேலையில் ரொம்ப சுத்தம்?’

‘எந்த வேலை?’

‘கிளப் வேலைதான். பட்சே, ரொம்ப இந்த விவகாரம் ஜாஸ்தியாப் போயி. ஸ்காண்டலாயிப் போயி செகரட்டரி கடுதாசி கொடுத்து பணியிலிருந்து நீக்கி.’

‘அப்படியா! பங்களூர்ல அவனுக்கு யாராவது தெரிஞ்சிருக் கலாம்கறீங்க.’

‘ஓ ஏராளம்.’

‘குறிப்பா யாருன்னு உங்களுக்குத் தெரியாது.’

‘தெரியாது.’

‘ரொம்ப தாங்ஸ்; வரட்டுமா?’

வஸந்த் திரும்பி டென்னிஸ் கோர்ட்டைக் கடந்து செல்லும் போது, ஒரு பெண் மார்க்கருடன் ஆடிக்கொண்டிருந்தாள். வெயிலில் மேனி சிவந்து வெள்ளாடையில் கைக்குக் கீழே வியர்த்து ஓடி ஆடிப் பந்தடித்தாள். வஸந்துக்கு அந்தப் பெண்ணைப் பார்த்த ஞாபகமாக இருந்தது.

சற்றே அருகில் சென்றபோது ஜமுனாசிங்.

‘ஹலோ என்னை ஞாபகம் இருக்குதா?’

அவள் திரும்பி முகத்தைத் துடைத்துக் கொண்டே, ‘ஸாரி உங்களை.’

‘வஸந்த் லாயர். அன்னைக்கு உங்க ஹஸ்பெண்டைப் பார்க்க வந்திருந்தோமே.’

‘ஓ. எஸ். ஞாபகம் வருது.’

அவள் சிரிப்பு பழுதில்லாமல் இருந்தது.

‘நீங்க இந்த கிளப்பில மெம்பரா?’

‘இல்லை மிஸஸ் சிங். ஒரு விஷயம் விசாரிக்க வந்தேன். உங்க ஸ்டூவர்ட் கிட்ட.’

‘ஜமுனான்னு கூப்பிடுங்க போதும். உங்களுக்கு வேண்டிய தகவல் கிடைச்சுதா? அன்னைக்கு சிங்கை எதுக்குப் பார்க்க வந்தீங்க?’ பேஸ் லைனில் சறுக்கி ஒரு பேக் ஹாண்ட் ரிடர்ன் பண்ணும்போது அவள் அணிந்திருந்த வெண் ஸ்கர்ட் ஒருமுறை அகலப் பாய்ந்தது. வஸந்துக்கு சங்கடமாக இருந்தது. ‘அன்னைக்கும் இன்னைக்கும் ஒரே விஷயம்தான் உங்களுக்கு தாமோதர்ங்கறவரைக்குத் தெரியுமா?’

‘தெரியும்’ செட்டுக்கு இடையில் துண்டால் முகத்தைத் துடைத்துக் கொண்டே அவனை ஏறிட்டுப் பார்த்தாள்.

‘அப்படிப் பார்க்காதீங்க. எனக்கு கொஞ்சம் ஹார்ட் வீக்.’

அவள் சிரித்தாள். ‘அன்னைக்கே கவனிச்சேன். ரொம்ப ஃப்ளாட்டர் பண்றீங்க. தாமோதருக்கு என்ன இப்ப?’

‘அந்த ஆள் செத்துப் போயிட்டார் தெரியுமா?’

அவள் முகம் சட்டென்று வெளிறியது. ‘இஸ் இட்! ஓ, மைகாட்! எனக்குத் தெரியவே தெரியாதே.’

‘அன்னைக்கு அவன் பங்களூருக்குப் போனது உங்க ஹஸ்பெண்டு பஸ் ஸர்வீஸ்லதான். ஆக்ஸிடெண்டாச்சில்லை பங்களூர் பஸ்? அதில போயிருக்கான்! உங்களுக்கு தாமோதரை எவ்வளவு நல்லாத் தெரியும்?’

‘கிளப்பில பார்த்திருக்கேன்- அவ்வளவுதான்’ என்றாள்.

‘பங்களூர்ல அவனுக்குத் தெரிஞ்ச ஆளு உண்டான்னு விசாரிக் கணும். உங்க ஹஸ்பெண்டு சொல்லலை? இந்தாளு செத்துப் போயிட்டதா?’

‘அவர் பிஸினஸ் விஷயம் ஒண்ணும் எங்கிட்ட சொல்ல மாட்டாரு. நானும் கேட்டுக்கறதில்லை. பஸ் விபத்தில் மாட்டிக் கிச்சுனு தெரியும். எத்தனை நஷ்டம்னு சொன்னார். இன்ஷூ ரன்ஸ் எத்தனை கொடுப்பாங்கன்னு சொன்னார். ஆர்ஸி புக்கே எம் பேர்ல இருந்ததாலே.’ அவள் தன் நகத்தைக் கடித்துக் கொண்டே யோசனையில் இருந்தாள். ‘தாமோதர் போயிட் டானா? இட்ஸ் எ பிட்டி?’ என்றாள்.

‘கடைசியா அந்த ஆளை எப்பப் பாத்தீங்க?’

‘எப்பப் பார்த்தேன்?’ என்றாள். ‘நீங்க தாமோதர் ஃப்ரெண்டா?’

‘இல்லைங்க. அவருடைய தங்கை எங்களை விசாரிக்கச் சொன் னாங்க. பங்களூருக்கு எதுக்குப் போகணும்னு?’

‘எதுக்குப் போனாராம், கண்டுபிடிச்சீங்களா?’

‘இல்லைங்க. ஆனா உத்தேசமா காரணம் தெரிஞ்சுப் போச்சு.’

‘என்ன காரணம்?’

‘வெளிய சொல்லிக்கும்படியா இல்லை. நான் கூட டென்னிஸ் ஆடுவேன். நீங்க ஆடுங்க. நான் கொஞ்ச நேரம் பார்த்துட்டுப் போறேன். பந்து படறதோ படலையோ நீங்க கோர்ட்டிலே நகர்றதே வஸந்தம்; மனக்கதவு தட்டி மாணிக்கம் கொட்டுகின்ற எனக்கு வயதாவதில்லை; என்றும் இளையவள் நான்னு நீங்க தான் கவிதை எழுதுனீங்களோ?’

அவள் லேசாகப் புன்னகைத்தாள். ‘வஸந்த். நான் உங்ககூட தனியாகப் பேசணும்.’ என்றாள்.

‘பேசலாம் இப்பவே ஆஜர்’ என்றான்.

‘இப்ப இல்லை, அவர் என்னை பிக்- அப் பண்ணிக்க வந்துரு வார். நாளைக்குக் காலையில் பத்து பத்தரை மணிக்கு எங்க வீட்டுக்கு வர்றீங்களா?’

‘அதைவிட வேற என்ன வேலை எனக்கு?’ என்றான் வஸந்த் உற்சாகத்துடன்.

8

‘நிஜமாகவே சொல்றேன் பாஸ், தற்செயலாகத்தான் ஜமுனாவைச் சந்திச்சேன். தாமோதரைப் பத்தி விசாரிக்க யூனியன் கிளப் போறேன். அங்க இந்தம்மா டென்னிஸ் ஆடிக்கிட்டு இருக்காங்க! கைல ரெண்டு பாலு; மார்ல ரெண்டு பாலு! என்ன ஓட்டம், என்ன ஆட்டம்!’

‘தாமோதரைப் பற்றி விசாரிச்சியா, மறந்துட்டியா?’

‘எல்லாம் விசாரிச்சாச்சு. ஜேக்கப்புன்னு ஸ்டீவர்ட் எல்லாம் புட்டுப் புட்டு வெச்சுட்டான் பாஸ். இந்த தாமோதரங்கிறவன் சரியான காஸனோவா போல இருக்கு. ஊருக்கு ஊர் உருப்படியாம். புல்லுக்குத் தண்ணி இறைக்கிற பெண்ணைக்கூட விட்டு வைக்கமாட்டானாம். இதுக்கெல்லாம் மச்சம் வேணும் பாஸ்! கேஸ் தீர்ந்தும் போச்சு! பிரசன்னா கிட்ட சொல்லிட வேண்டியது தான். தாளாதும்மா, உங்கண்ணா விவகாரம் கொஞ்சம் உள்ளே போனா டெக்கமரான் கதைமாதிரி விரியறது. பங்களூர் போறதுக்கு அவனுக்கு ஏகப்பட்ட காரணம் இருக்கலாம். ஆனா இதையெல் லாம் குடைஞ்சா நல்லா இருக்காது. மரியாதை கெட்டுப் போயிரும்னு சொல்லிடலாம்!’

‘போன் கால்?’

‘எஸ்.டி.டி. போட்டு ஏதாவது பொண்ணு கூப்பிட்ருக்கும்! உடனே பஸ் பிடிச்சு வா! யாரும் இல்லை தனியா இருக்கேன்னு! இவனும் போட்டது போட்டபடி கிளம்பியிருக்கான். பாஸ், தாமோதர் அந்த கிளப்பில் கொஞ்ச நாளைக்கு வேலை பண்ணி யிருக்கான். கணக்கும் பண்ணியிருக்கான்னு தெரியுது. ஜேக்கப் சொல்றாப்பல ஏய்! பயங்கரம்! பெண்குட்டின்னா வார்த்தை அப்புறம், பாஸ், ஜமுனா நாளைக்குக் காலைல என்னைக் கூப்பிட்டனுப்பிச்சிருக்கா.’

‘இது மட்டும் என்னவாம்?’

‘சும்மா போற போக்கில் சிற்பியோட கவிதையை அவுத்து விட்டேன். அம்மா படு இம்ப்ரெஸ் ஆயி நாளைக்குக் காலைல எனக்கு இன்விடேஷன்.’

‘நானும் வரேன்’ என்றான் கணேஷ்.

‘நீங்க எதுக்கு? காதர்பாய் கேஸைப் பாருங்க.’

‘வஸந்த், ஒரே ஒரு அட்வைஸ், மத்தவங்க பெண்டாட்டிகள விட்டுடு!’

‘மத்தவங்க பெண்டாட்டிதான் ரொம்ப ஸேஃப்!’

‘உதை வாங்கப்போறே. அயோடக்ஸ் வாங்கி வெச்சிக்க ஒரு பாட்டில்!’

9

கணேஷ் அன்றிரவு காதர்பாய் கேஸில்தான் ஆழ்ந்திருந்தான். வஸந்த் அப்போது கணேஷ் கேட்ட சட்டப் பாயிண்டுகளைச் சொல்லிக் கொண்டிருந்தான்.

'அப்பீல் வந்து அப்பெல்லேட் கோர்ட்டில டிகிரி ரிவர்ஸ் ஆயிருந்துதுன்னா ரிமாண்ட் ஆர்டர் பண்ணலாம்.'

'இன்னொரு கண்டிஷன் இருக்குடா ஆர்டர் 41-ல் 24-ஐப் பாரு.'

'எப்படி பாஸ் இவ்வளவு ஞாபகசக்தி?'

'ஒரு எழவும் இல்லை. குறி வெச்சிருக்கேன். எடு கோட்டை.'

'என்னவோ ஆர்டர் என்னவோ டிக்ரி...' கணேஷ் கொட்டாவி விட்டு டீவியை சுவாரசியமின்றித் தட்டினான். உடனே சங்கீதம் கேட்டு பிம்பம் உயிர் பெற்று ஒரு மாது கஷ்டப்பட்டு நடனம் ஆடிக்கொண்டிருந்தாள்.

'இவங்களை எல்லாம் பதினெட்டு வருஷத்துக்கு முன்னால கூப்டிருந்தா ஒயிலா இருக்கும் பாஸ். ஆடறவங்களையும் துன்புறத்தறாங்க பார்க்கறவங்களையும்.'

'இது என்னடா டான்ஸு?'

'இதுதான் ஒடிஸ்ஸி. மொத்தமே மூணு நாலு வகை டான்ஸ்தான் இருக்கு. குச்சுப்படி, கதக், பரதநாட்டியம். மத்ததெல்லாம் சினிமா டான்ஸ்.'

கணேஷ் அவன் சொல்வதைக் கவனிக்காமல், 'அன்னிக்கு அந்தப் பொண்ணு சொன்னதுகூட ஒடிஸ்ஸி தானே?' அலமாரிக்குச் சென்று பழைய செய்தித்தாள்களைப் புரட்டினான். ஷ்ய் என்று சீழ்க்கை அடித்தான். 'வஸந்த்! அந்தக் குறிப்புப் புத்தகத்தைக் கொண்டா.'

'எது பாஸ்?'

'அதுதான் அந்த தாமோதருடைய டெலிபோன் எண்களின் பட்டியல்.'

'அது எதுக்கு?'

'கொடேன் சொல்கிறேன்.' வஸந்த் அதை எடுத்துக் கொடுக்க, 'ம்? இஃப் ஐ'ம் நாட் மிஸ்டேக்கன்...' என்றான்.

'என்ன பாஸ் உளர்றீங்க? இல்லை. ஏதோ பயங்கர சிந்தனை?'

'இந்த நம்பரை ட்ரைப் பண்ணிப் பாரு!'

'எதுக்கு?'

'சுழட்டேன் சொல்றேன். அப்புறம் நான் கேக்கிற கேள்விகளுக்குக் குறுக்கே பேசாமல் பதில் சொல்லு. பஸ் விபத்து தினத்தின்போது பஸ் எப்ப புறப்பட்டது?'

'ஒன்பதரைக்கு.'

'குட்! இறந்துபோன தாமோதருக்கு பங்களூர்ல யாரையாவது தெரியுமா - விவரம் தெரிஞ்சுதா?'

'விவரம் தெரியலை, ஆனா அங்க நிச்சயம் கேர்ள் ஃப்ரெண்டு இருக்கலாம்னு தோணுது. ஏன்னா ஊருக்கு ஊரு... பாஸ், நம்பர் ரிங்கிங்.'

கணேஷ் டெலிபோனை வாங்கி, 'ஹலோ! மே ஐ ஸ்பீக்டு மிஸஸ் ஜமுனாசிங்?' என்றான்.

கொஞ்ச நேரம் 'ஐ'ல் வெய்ட்' என்றான்.

வஸந்த் அவனை ஆச்சரியத்துடன் பார்த்து, 'ஜமுனா சிங்? அவங்க நம்பர் தாமோதர் லிஸ்ட்டிலேயா? எப்படி பாஸ்?'

'அவங்க வீட்டுக்குப் போயிருந்தபோது நீ ஜமுனாவையே பார்த்துக்கிட்டு இருந்தே. நான் டெலிபோன் நம்பரை நோட் பண்ணிக்கிட்டு இருந்தேன். பார்வைலதான் வித்தியாசம்.'

'ஆனா புரியலை பாஸ். அந்த நம்பர் இவன் டயரில எப்படி?'

'எப்படி? யோசி! அதுக்குள்ள ராத்திரி காரை எடுத்துக்கிட்டு வேலூர் போய் வந்துரு!'

'என்னது?'

'நாளைக்கு மத்தியானத்துக்குள்ள வந்துடுவியா?'

'எதுக்கு!'

'இந்த ஆக்ஸிடெண்டை விசாரிச்ச எஸ்.பியைப் பார்த்து, அந்த பஸ்ல போன பாசஞ்சர்களோட லிஸ்ட்டு வெச்சிருப்பார். அதனுடைய போட்டோ காப்பி வேணும்!'

'பாஸ் சத்தியமா புரியலை. பயங்கர வேகத்தில் திங்க் பண்றீங்க!'

'மிஸ்டர் வஸந்த் நீ என்ன நினைக்கிறே? தாமோதருக்கு என்ன ஆயிருக்கும்னு சொல்லு. தப்பா இருந்தாலும் பரவாயில்லை சொல்லு...'

'பங்களூர்ல இருந்து கால் வந்திருக்கு அவனுக்கு!'

வஸந்த் கணேஷை சந்தேகமாய்ப் பார்க்க 'மேலே சொல்லு' என்றான்.

'பங்களூர்ல தெரிஞ்ச பொண்ணு யாரோ இருந்திருக்கணும். ஏன்னா கிளப்பில விசாரிச்சதில....'

'ஒக்கே பங்களூர்ல அவனை யாராவது கூப்பிடறதுக்கு சாத்தியக் கூறு உண்டு. நான் மறுக்கலை மேலே.'

'போன் கால் வந்தது. வாத்தியார் அவசரமாய்ப் புறப்பட்டு ஜமுனா டூரிஸ்ட் பஸ்ல போயிருக்கார். பஸ் விபத்தில் மாட்டிக் கிட்டு இருக்கு...'

'குட். ஆரம்பத்தில இருந்து பார்க்கலாம். பிரசன்னா அதான் தங்கை சொன்னதை எவ்வளவு தூரம் கவனிச்சு பார்க்கலாம். புறப்படறப்ப அவங்க என்ன செஞ்சுக்கிட்டு இருந்தாங்க?'

'டி.வி. பார்த்துக்கிட்டு...'

'என்ன ப்ரோகிராம்?'

'ஒடிஸ்ஸி நடனம்! அதைக் கலாட்டா பண்ணிக்கிட்டு இருந்தாங் களாம்.'

'வெரிகுட் நல்ல ஞாபகம். விபத்து என்னிக்கு நடந்தது?'

'மார்ச் இருபத்தேழு.'

'மார்ச் இருபத்தேழு பேப்பரைப் பாரு.'

கணேஷ் அவன்மேல் பழைய பேப்பரை எறிய, வஸந்த் 'பாஸ்! நீங்க எந்த பேட்டைல ஓதுங்கறீங்கன்னே தெரியலையே. பேப்பர்ல இருபத்தெட்டாந் தேதிதானே விபத்தைப் பற்றிச் செய்தி வரும்?'

'முட்டாள்! இருபத்தேழு டீ.வி. ப்ரோக்ராமைப் பாரு! ஒடிஸ்ஸி நடனம் இருபத்தேழாந்தேதி இரவு பத்திலிருந்து பத்தரை வரைக்கும், நேஷனல் ப்ரோக்ராம் ஆஃப் டான்ஸ்! செவ்வாய் கிழமை பஸ்ஸு புறப்பட்டது எப்ப!'

'ஒன்பதரைக்கு!'

'என்ன சொல்றே!'

வஸந்த் நெற்றியைச் சுருக்கிக்கொண்டு ஒருவேளை பஸ்ஸை பூந்தமல்லியில் புடிச்சானோ, அவசரத்தில் வழியில் நிறுத்தி ஏறிக்கிட்டானோ?'

'சரி! அது ஒரு சாத்தியம். வேற ஏதாவது இருக்கா?'

'அல்லது அவன் அந்த பஸ்ல போகவே இல்லை! எப்டி பாஸ்? அவன் பாடியை விபத்திலிருந்து எக்ஸ்ட்ரிகேட் பண்ணியிருக்கு' வஸந்த் திடீர் என்ற பல்பு போட்டாற் போல் பிரகாசமாகி 'ஓ பாஸ்' நீங்க சொல்றது புரியறாப்ல இருக்குது. அதான் டெலிபோன் நம்பரா? பிர்லியண்ட்!'

'இல்லை இன்னும் இல்லை! இது ஒரு நிழல்தான். அந்த டெலிபோன், பட்டியலில் ஜமுனாசிங்குடைய நம்பர் இருக்கிறது ஒருவிதமான லாங் ஷாட்தான். பிரயாணிகள் பட்டியலை வேலூர்ல இருந்து பெறாதவரைக்கும் நாம ஏதும் அவசரப்பட்டு முடிவெடுத்துடக் கூடாது' என்றான்.

'அப்ப இப்ப நான் நிம்மதியா தூங்கப் போறேன். நீ என்ன பண்றே. காரை எடுத்துக்கிட்டு...'

'அய்யோ தூக்கம் போச்சா?'

'நாளைக்கு மத்தியானம் சேர்த்து வெச்சித் தூங்கிக்கோயேன் உனக்கே சுவாரஸ்யமா இல்லை?'

'இருக்கு; ஆனா!'

'இப்ப ஆனா எதுவும் வேண்டாம். ஃபாக்ட்ஸ் கலெக்ட் பண்ணிக் கலாம். அதுக்கப்புறம் இந்த ஆனால் தியரி எல்லாம் வெச்சுக் கலாம்.'

'கார்ல பெட்ரோல் இருக்கா?'

10

வஸந்த் மறுதினம் வேலூர் போய்விட்டுத் திரும்ப மாலை நான்கு மணியாகி விட்டது கணேஷ் பதற்றமில்லாமல் 'ஹிந்து'வில் க்ராஸ் போட்டுக் கொண்டிருந்தான். வஸந்த் வந்து உள்ளே நுழைந்து ஜாக்கெட்டைக் கழற்றி விட்டு அவனைப் பார்த்து, 'நாய் மாதிரி அல்லாடிட்டு வரேன். க்ராஸ்வேர்டா? சில பேருக்கு மச்சம் பாஸ்' என்றான்.

'என்ன அந்த லிஸ்ட்டைப் பார்த்தியா? அதில தாமோதர் பேர் இல்லைதானே?'

'அதான் இல்லை? ஸ்பஷ்டமா அவன் பேரும் இருக்குது. எஸ்.பி. ரொம்ப தகராறு பண்ணிட்டார். ராஜேந்திரன் பேரை உபயோகித்தாயிடுத்து. அவர் நான் புருடா விடறேன்னு ராஜேந்திரனுக்கு போன் பண்ணியே கேட்டுட்டார். நல்ல வேளை கணேஷை எனக்குத் தெரியும். தாராளமாகக் காட்ட லாம்னுட்டாரு. இப்ப போன் பண்ணாலும் பண்ணுவார்.'

'மத்தியானமே போன் பண்ணிட்டாரு. நீ போனதைச் சொல்லு. 'போட்டோ ஸ்டெட்' எடுத்துக்கிட்டு வந்தியா?'

'வேலூர்ல வீடியோ நிறைய இருக்கு. ஜெராக்ஸைக் கண்டு பிடிக்கறதுக்குள்ள தாவு தீர்ந்து போச்சு.'

'எடுத்துட்டு வந்தியா, இல்லையா?'

'ஆச்சு, பாஸ், பாருங்க...'

'கணேஷ் அந்தப் பட்டியலை வாங்கிப் பார்த்தான். தாமோதரன் பெயர் எட்டாவதாக இருந்தது. இனிஷியல் இல்லாமல் வெறும் தாமோதர். ரெண்டு மூணு பேர் லிஸ்ட் தயாரிச்சிருக்காங்க போல கையெழுத்தைப் பாருங்க. ஆனா பாஸ் நீங்க நினைச்சது

நடக்கலை. நீங்க லிஸ்ட்டில் இவன் பேர் இருக்காதுன்னு நினைச்சீங்க இல்லையா?'

கணேஷ், 'புரியலை' என்றான். 'லிஸ்ட்டில பேர் இருக்கு, பின்ன டயமிங் உதைக்குதே!'

'ஒன்று - அன்னைக்கு பஸ் லேட்டாப் புறப்பட்டிருக்கணும். இல்லை...'

'இல்லை?'

'வேற எதுவும் சொல்லத் தெரியலை விடுங்க பாஸ். இது ஒரு சின்ன முரண்பாடு. ஏதாவது காரணம் இருந்துதான் ஆகணும்? அவன் பஸ்லதான் போயிருக்கான். சந்தேகமே இல்லை. எஸ்.பி. சொன்னார் - அவர்தான் போய்ப் பார்த்தாராம். பாடிங்கள்ளாம் ரோட்டோரத்தில் கிடந்ததாம். ஒவ்வொண்ணா அப்புறப்படுத்தி அனுப்பினாராம். ஃபண்டு ஆஸ்பத்திரிக்கு.'

'வஸந்த்! அந்த பஸ் ஒன்பதரைக்கு கிளம்பினதா யார் சொன்னாங்க?'

'புக்கிங் ஆபிஸ்ல இருந்த அந்த குமாஸ்தா... என்னவோ அய்யங்கார் பேரு. சினிமா ரசிகர். பொதுவா சொன்னாரு. எங்க பஸ்ஸு ஒருநாள்கூட தாமதமா கிளம்பினதில்லை. ஏன்னா ஓசூர்ல இன்னொரு டே ட்ரிப்பு இருக்குன்னாரு...'

'அன்னிக்குக் கிளம்பின நேரத்தைக் குறிச்சு வெச்சிருப்பாங்களோ?'

'அப்படி ஒண்ணும் சொல்லலை.'

'அதைக் கொஞ்சம் விசாரிச்சுடேன்.'

'அய்யோ, என்ன பாஸ், விடமாட்டீங்க போலருக்கு!'

'த பார், எனக்கு விதியில நம்பிக்கை இல்லை. அன்னைக்கு அவனை அழைச்சது விதியில்லை.'

'விதிதான். அவன் எப்படிச் செத்திருந்தாலும் அவனை விதிதான் அழைச்சிருக்கு.'

'ஒரே ஒருமுறை அந்த ஜமுனாசிங்கைப் பார்த்துட்டு இந்த கேஸை க்ளோஸ் பண்ணிரலாம். நீ இரு. ரொம்ப டயர்டா இருப்பே. நான் போய்ப் பார்த்துட்டு...'

'டயர்டும் இல்லை, ஒரு புடலங்காயும் இல்லை. நானும் வரேன், இப்ப இங்க தனியா என்ன செய்யப் போறேன்.'

'திருக்குறள் படிக்கிறது.'

'அங்க வந்து படிக்கிறேனே!'

வஸந்துக்குப் பெருத்த ஏமாற்றமாக, 'ஜமுனாசிங் வீட்டில் இல்லை. பெரியவருதான் இருக்காங்க.' என்றான் வேலைக் காரன்.

'அவரைப் பார்க்க முடியுமா?' என்றான் கணேஷ்.

'தூங்கறாருங்களே.'

சிங் மாடிப்படிகளில் இறங்கி வந்துகொண்டே, 'பொய் சொல் லாதே. நான் முழிச்சுக்கிட்டுத்தான் இருக்கேன். மிஸ்டர் கணேஷ்! என்ன விஷயம்!'

'உங்க மிஸ்ஸஸைச் சந்திக்க வந்தோம்.'

'எது பற்றி?'

'அதாங்க, அந்த தாமோதர், விபத்தில் இறந்து போனாரே!'

'இன்னும் முடியலையா? அட ராமா! என் மனைவி எங்க வந்தா?'

'உங்க மனைவி டென்னிஸ் கிளப்பில ஸியூபி கிளப்பில மெம்பரா இல்லை? அந்த கிளப்பில இந்த தாமோதர் அஸிஸ்டெண்ட் ஸ்டீவர்டாய் இருந்திருக்கான். உங்க வீட்டு டெலிபோன் நம்பர் அவன் டயரியில் இருந்தது.'

'இருந்தா? வாட் ஆர் யூ இம்ப்ளையிங்க்?'

'நத்திங்! உங்க மனைவிக்கு அவனைத் தெரிஞ்சிருக்கலா மோன்னு ஒரு சின்னதா...'

'ஸோ வாட் என்ன கணேஷ், ஏதாவது புதுசா உண்டா? அவன் விபத்தில செத்துப் போனான், எங்க பஸ் விபத்து. வி ஆர் ஸாரி!

கூடுமானவரை காம்பன்சேஷன் பண்ணப் பார்க்கிறோம். தேர் எண்ட்ஸ் தி மாட்டர்!'

'ஸார் அன்னைக்கு உங்க பஸ் எத்தனை மணிக்குக் கிளம்பிச்சு?'

'நைன் தர்ட்டிக்குத்தான்.'

'எப்படி அவ்வளவு ஷ்யூரா சொல்றீங்க?'

'நான்தானய்யா அனுப்பிச்சேன்! நானே அதில போறதா இருந்தது தானே போஸ்ட் போன் ஆயி... அப்புறம் லாக் புக்ல எண்ட்ரி இருக்கும்...'

'அப்ப தாமோதர் அந்த பஸ்ல போயிருக்க முடியாது.'

'வாட் நான்சென்ஸ்' என்றார் அவர் கணேஷைப் பார்த்துப் பொறுமையில்லாமல். 'அடிப்பட்டு வேலூர் ரோட்டோரத்தில் கிடந்தான் லிஸ்ட்ல பேர் இருக்கு!'

'அப்ப அந்த தாமோதரும், இந்த தாமோதரும் அதாவது பிரசன்னா வுடைய அண்ணன் தாமோதரும் வேற வேற ஆளாயிருக்கணும்!'

'அவங்கதான் வந்து பார்த்தாங்க. அடையாளம் கண்டு கொண்டாங்களே!'

'எங்கேயோ உதைக்குது சார் இந்த கேஸ். நீங்க ஒத்துழைச்சீங் களானா கண்டுபிடிக்கலாம்!'

'என்ன பண்ணணும் சொல்லுங்க!'

'உண்மையைச் சொல்லிடுங்க' என்றான் கணேஷ்!

'வாட்டுயூ மீன் கணேஷ்!'

'ஒண்ணு - புறப்பட்ட - சமயம் தப்பு. ஒம்பதரைக்கு... வெய்ட் எ மினிட்! ஸார் ஒண்ணு சொல்வேன். நீங்க கோவிக்காமக் கேட்பீங்களா?'

'ஐ ஹேவ் நோ டைம். ராத்திரி வாங்க, சொல்லுங்க. என் மனைவியையும் சந்திச்சு... தாராளமாகக் கேட்டுக்கங்க...'

'ஓ எஸ், ராத்திரியே வரோம். அப்படின்னா நீங்க தாமோதரைக் கொல்லலைங்கறீங்க இல்லையா?'

புறப்பட்டவனை அவர், 'வாட்!' என்று கூவியது தடுத்து நிறுத்தியது. 'இரு இரு! என்ன சொன்னே?'

'ஒண்ணுமில்லை!'

'என்னய்யா! உளறிட்டு நீ பாட்டுப் புறப்பட்டு போயிட்டிருக்கே. வாட் டூ யூ மீன் பை தட் இன்ஸினுவேஷன்?'

வஸந்த் கணேஷை பிரமிப்புடன் பார்த்திருக்க... 'இல்லை சார்! கோவிச்சுக்காதீங்க. ஒரு சாத்தியக் கூறு. ஆல்டர் நெட் சினேரியோ; அவ்வளவுதான். வரேன்.'

'இரு. இரு. என்ன சொன்னே? நீ சரியாச் சொல்லித் தொலை! நான் வந்து? தாமோதரை?'

'இல்லை ஸார். சும்மா உவ்வாக்கட்டிக்கு! இவர் திடீர் திடீர்னு இப்படித்தான் வைல்டா ஏதாவது சொல்வார் மறந்துருங்க. நிம்மதியாத் தூங்குங்க. நாங்க வரோம்' என்றான் வஸந்த்.

சிங் அவர்களை வழிமறித்தார். 'இரு. நீ சொல்ல வந்ததைச் சொல்லிட்டுத்தான் போகணும்? என்ன பைத்தியக்காரத்தனமா இருக்கு. ஏதாவது உளறுவியாம். சரியா என்னன்னு சொல்ல மாட்டியாம்.'

கணேஷ் வஸந்த்தைப் பார்த்தான்.

'உட்கார்' என்று அதட்டினார்.

கணேஷ் உட்கார்ந்துகொண்டு, 'ஸார், நான் சொல்றது ஒரு விதத்துல ஒரு மாதிரி ஊகம்தான்; தியரிதான். இது தப்புன்னு நிரூபிக்க வேண்டியதுகூட உங்கப் பொறுப்பு இல்லை. எம்மேல கோவிச்சுக்கக் கூடாது. கோவிச்சுக்கலைன்னா சொல்றேன், சிரிக்காதீங்க.' என்றான்.

'சொல்லுங்க.'

'விபத்து நடந்த அன்னைக்கு நீங்க ராத்திரி அதே பஸ்ல கிளம்ப இருந்தீங்க. அங்கே போனீங்க. கடைசி சமயத்தில் மறுநாள் எங்கேஜ்மெண்ட் ஞாபகம் வந்து நீங்க திரும்பி வீட்டுக்குப் போனீங்க.'

'ம் சொல்லுங்க?' வேலைக்காரன் கொண்டு வந்த சர்பத்தை யாரும் கவனிக்கவில்லை.

'திரும்பி வந்ததும் ஒரு காட்சியைப் பார்க்கிறீங்க. ஸாரி, நான் படு தப்பா இருக்கலாம்! இதில் ஒரு ஊகம்தான், மிஸ்டேக் பண்ணிக்கக்கூடாது.'

'இல்லை.'

'உங்க மனைவியையும் தாமோதரையும் பார்க்கறீங்க. தாமோதர் கொஞ்சம் வசீகரமான ஆசாமி. பெண்களைக் கவரக் கூடியவன். உங்க மனைவி ஸி.யூ.பி.யில மெம்பர். டென்னிஸ் மெம்பர். தாமோதரைச் சந்திக்கச் சந்தர்ப்பம் இருந்திருக்கலாம். அவன் பேச்சில் இளமையில, யூ ஃபாலோ வாட் ஐ மீன்? நீங்க ஊருக்குப் போறீங்கன்னு பத்துப் பத்தரை மணிக்கு உங்க மனைவியே அவனை டெலிபோன் மூலம் கூப்பிட்டிருக்கலாம். ஸார்! நான் சொல்றது அத்தனையும் அபத்தமா இருக்கலாம்! மன்னிச்சுக் கங்க! தொடரட்டுமா? நிறுத்திரட்டுமா?'

'சொல்லுங்க.'

'அவங்களை நீங்க படுக்கையில் பார்க்கறீங்க. உங்க உள்ளம் கொதிக்கிறது. என்ன செய்யறீங்க? அந்த ஆத்திரத்துல என்ன வேணா செய்திருக்கலாம் நீங்க. தோட்டத்தில் அவன் வெளிய வரக் காத்திருந்து மண்டைமேல ஒரே போடு! தோட்டத்தில் எத்தனை ஆயுதம் இருக்குது? அந்த அதீத உணர்ச்சிகரமான சமயத்தில் அவனை அடிச்ச அடியில அவன் மண்டை உடைஞ்சு கிராக் ஆயி ரத்தம் வடிஞ்சு அவன் அங்கேயே பிராணனை விட்டுட்டான். உடனே என்ன செய்யறதுன்னு... வஸந்த் கன்டின்யூ...!'

'நான் பாஸ்!' என்றான் வஸந்த் திடுக்கிட்டு. இப்போது சிங் மவுனமாக இருந்தார்.

'ஆமாம்! இத்தனை நேரம் உனக்குக் கிளியரா இருக்கணுமே?'

'சொல்றேன்! அப்புறம் என்ன பண்ணீங்க - அந்த ஆளுக்கு கபாலமோட்சம். பாடியை வெச்சுக்கிட்டு என்ன பண்றதுன்னு தெரியாம முழிச்சீங்க. சரி? ராத்திரி ஆரவாரம் அடங்கினதும் தோட்டத்துலயே புதைச்சிடலாம்னு படுக்கைக்கு போயி விழுந்துட்டீங்க. உங்க மனைவி இங்க நடந்ததெல்லாம் தெரியாம தூங்கிக்கிட்டு இருக்காங்க. இல்லை தெரிஞ்சிருக் கலாம்... ராத்திரி உங்களுக்கு எதிர்பாராத நியூஸ் கிடைக்குது! உங்க பஸ் வேலூர் தாண்டி ஆக்ஸிடெண்ட் ஆயிட்டதாகவும்,

பத்து பதினைஞ்சு பேர் இறந்து போயிட்டதாகவும், உங்களை உடனே வரச்சொல்லி, ஒரு வரப் பிரசாதம் மாதிரி ஆக்ஸிடெண்ட்! என்ன பண்றீங்க! தாமோதரனோட பாடியை கார் டிக்கியில் போட்டுக்கிட்டு ஆபீசுக்குப் போயி பாசஞ்சர் லிஸ்ட்டை வாங்கி எடுத்துக்கிட்டு...'

'நான் சொல்றேன்!' சிங் மெஷின் போலத் தொடர்ந்தார்.

'அந்த பாசஞ்சர் லிஸ்டில அவசரமா தாமோதர் பேரை எழுதிக்கிட்டேன். எட்டாம் நம்பர் சீட்டுக்கு எதிராக காலியாய் இருந்த இடத்தில் இவன் பெயரை நிரப்பினேன். அங்கே ராத்திரி போனேன். ஸ்தலத்தில் அந்த இருட்டில் போலீஸ் ஆம்புலன்ஸ் கொண்டு வர்றதுக்குப் போயிருந்தபோது அந்த உடல்களோட இந்தக் கிராதகனுடைய உடலையும் சேர்த்துர்றது எனக்கு ரொம்பச் சுலபமாயிருந்தது கணேஷ்?' கணேஷ் ஆச்சர்யத்துடன் சிங்கை நிமிர்ந்து பார்த்தான். அவர் கண்களில் கண்ணீர் திரையிட்டிருந்தது.

'அந்தக் கொடுமை யாருக்கும் வேண்டாம் கணேஷ். கட்டின பொண்டாட்டியை இன்னொருவன் அணைப்பில் பார்க்கிற கொடுமை! எனக்கு வெறியில ஒருகணம் பைத்தியம்தான் புடிச்சிருச்சு. உங்களோட ஊக சக்தியை வியக்கிறேன். நீங்க சொன்ன மாதிரிதான் நடந்தது. சின்னச் சின்ன டீடெய்ல்ஸ்தான் வித்தியாசம்! என்னுடைய நிலைமைல இருந்தா நீங்க என்ன செஞ்சிருப்பீங்க. சொல்லுங்க?'

'கல்யாணம் ஆகல்லிங்க!' என்றான் கணேஷ்.

'வேண்டாங்க. செய்யாதீங்க. அதுவும் என்னைப் போல லேட்டா! இந்த வயசில வேண்டாங்க. ரெண்டாம் கல்யாணம் வேண்டாங்க. அதுவும் ஏழைப் பெண் வேண்டாங்க. நரகம் அது! டார்லிங் டார்லிங்குனு அவளுக்காக உருகி லட்சக்கணக்கில் செலவழிச்சு... டார்லிங் டார்லிங்குனு பொய்களை நம்பி... எங்கிட்ட எத்தனை அன்பா பாசமா இருக்கறாப்பல பாசாங்கு செஞ்சா! என்ன ஒரு அவமானம்!' சிங் பைக்குள்ளிருந்து கைக்குட்டை எடுத்து சிவந்த கண்களின் பிரவாகத்தைத் துடைத்துக் கொண்டார்.

கணேஷ் மவுனமாக எதிரே ஜமுனாசிங்கின் போட்டோவின் நாட்டியச் சிரிப்பைப் பார்த்துக் கொண்டிருந்தான்.

'கணேஷ்! நான் நினைச்சேன்! இது ஒரு 'நியர் பர்ஃபெக்ட் க்ரைம்'னு யாராலயும் கண்டுபிடிக்க முடியாது. போஸ்ட் மார்ட்டம் ஹெட் இன்ஜரிதான் காட்டும்! லிஸ்ட்டில பேரு ஆக்ஸிடெண்ட் விக்டிம்! மைகாட்! எப்படி சந்தேகம் வந்தது உங்களுக்கு? யாருக்குமே தெரியாதுன்னு...'

'விதிங்க' என்றான் வஸந்த்.

'விதியா?'

'ஆமாம். அந்த தங்கச்சி 'தாமோதரை விதிதான் பங்களூருக்கு அழைச்சுதுன்னு நம்ப முடியலை. எதுக்காக பங்களூர் போனான்னு கண்டுபிடிச்சு சொல்லுங்க'ன்னு அதிலே ஆரம்பிச்சது வினை...'

'மிஸ்டர் கணேஷ் நீங்க என்னச் செய்யப் போறதா உத்தேசம்?' என்றார் கண்களில் கலவரத்துடன்.

'என்ன பாஸ்?' என்றான் வஸந்த். கணேஷ் சற்று நேரம் யோசித்தான். அந்தப் போட்டோவைப் பார்த்துக் கொண்டான்.

'மிஸ்டர் சிங், ஸாரி. நான் கண்டுபிடிச்சதை, என் சந்தேகங் களைப் போலீஸுக்குச் சொல்ல வேண்டியது என் கடமை! அதை நான் மீற முடியாது... ஆனா...?'

'ஆனா?'

'அவங்க உங்களைக் கைது பண்ணத் தீர்மானிச்சாங்கன்னா ட்ரையல் நடத்தறப்ப உங்க வழக்கை நாங்க எடுத்துக்கிட்டு வாதாடறோம்' என்றான் வஸந்த். கணேஷ் வஸந்தைச் சற்று நேரம் முறைத்துப் பார்த்து விட்டு மெல்லப் புன்னகைத்தான்.

('கல்கி' 29-4-84 6-5-84)